End Of War

After War

Ixcyreign

Ukiyoto Publishing

All global publishing rights are held by

Ukiyoto Publishing

Published in 2024

Content Copyright © ixcyreign

ISBN 9789362691194

All rights reserved.

No part of this publication may be reproduced, transmitted, or stored in a retrieval system, in any form by any means, electronic, mechanical, photocopying, recording or otherwise, without the prior permission of the publisher.

The moral rights of the author have been asserted.

This book is sold subject to the condition that it shall not by way of trade or otherwise, be lent, resold, hired out or otherwise circulated, without the publisher's prior consent, in any form of binding or cover other than that in which it is published.

www.ukiyoto.com

I would like to say thank you sa Ukiyoto of course for giving me change to get publish my story.
Also, sa parents ko na laging nakasupporta at sa mga kaibigan ko na rin.

Contents

Chapter 1	1
Chapter 2:	4
Chapter 3:	9
Chapter 4:	14
Chapter 5	18
Chapter 6:	23
Chapter 7:	27
Chapter 8:	33
Chapter 9:	37
Chapter 10:	44
Chapter 11:	48
Chapter 12:	55
Chapter 13:	59
Chapter 14:	62
Chapter 15:	66
Chapter 16:	72
Chapter 17:	78
Chapter 18:	83
Chapter 19:	87
Chapter 20:	93
Chapter 21:	99
Chapter 22:	103
About the Author	*106*

Chapter 1:

"**Ano ba Nica,Napaka bagal mong kumilos!pinaglihi kaba sa pawikan?**"inis ko pang saad sa kaibigan ko kasi naman sobrang bagal kung kumilos

Siya si Monica Gynsreamin,Isa sa mga kaibigan ko

"**Oo na Hell,Nagmamadali na nga yung tao,Diba?**"inis ding saad ni Nica sakin

Helliahvanarisha o di kaya'y Hell.

Pupunta kami ngayun sa isang event kung saan ipagdiriwang nilang Mommy at Daddy yung anniversary nila. Their wedding anniversary.

Pero mukhang mahuhuli pa nga kami.

"**San na naman yung tatlo?**"tanong pa nito nang makapasok na siya sa sasakyan

"**E san pa ba malamang nauna na sa venue. Ikaw naman kasi ang tagal mong kumilos!**"panenermon ko pa sa kanya

"**Ito na kamahalan,magmamaneho na ako.**"wika pa ni Nica tsaka mabilisang pinaandar ang sasakyan, akalain mong kasali sa team racing.

MILLIARENTAL HOTEL

"**OH MY G?!nandito na lahat ng mga importanteng mga bisita. Ikaw kasi eh!**"panenermon ko pa ulit nung makarating kami sa harapan ng venue tsaka kami bumaba ng sasakyan

"**Bilis?!**"tanging sambit pa ni Nica at tumakbo na kami papunta sa loob

Nang makarating kami sa loob ng venue tapos na ang lahat lahat. Napaka perfect na.

Ang tanging kulang nalang ay ang mga magulang ko. Kaya nagtungo ako sa room ng hotel kung nasan nag s-stay sina Mommy at Daddy.

"**Mom?Dad?**"tawag ko pa nang makapasok na ako sa loob

"**Sweetheart.**"masayang tugon pa ni Daddy sakin

"**Happy anniversary Mom and Dad.**"bati ko pa sa kanila tsaka ko sila hinalikan sa pisnge

Yung regalo ko sa kanila nasa stage na nakalagay.

"**Thank you love.**"masayang pasasalamat ni Mommy

"**Handa naba kayong dalawa Mom?Dad?**" tanong ko pa sa kanila

"**Yes, Sweetheart.**"tugon pa ni Daddy

"**Diba talaga darating silang kuya?**"biglaang tanong ko pa sa dalawa at nagkatinginan naman silang Mommy at Daddy

"**Hindi kami sigurado,Anak. Siguro busy lang talaga yung mga kuya mo.**"mahinhin pang sagot ni mommy tsaka niya ako niyakap

May dalawang kuya ako. Sina Kuya Harry na nasa dalawampung taong gulang at si kuya Handrico Naman ay nasa dalawamput-dalawang taong gulang. Pero sa ngayun nasa Amerika sila. Para sa mga business na kailangan nilang puntahan at alagaan. At yan narin yung dahilan kung ba't di sila makaka-uwi ng pinas.

Pamilya ko?Di basta basta pangkaraniwang tao. Miyembro sila ng isang sikat na organization.

Di lang basta miyembro,kundi Isang leader ng organization.

Nauna na akong lumabas at sumunod naman silang mommy at daddy. Yung mga bisitang dumalo ay mga miyembro lang ng organization, especially pamilya ng mga kaibigan ko.

Kaya nagtungo ako sa table kung nasan yung mga kaibigan kong komportableng naka-upo na.

"**Yo Hell.**"bati pa ni Jelliane nang makalapit ako sa kanila

Siya si Jellianne Sy. Isa sa mga kaibigan ko

"**Tagal niyo ah?**"tugon pa ni Stephanny

At siya naman si Stephanny Grenial

"**Siya nga pala,Bagay kina Tita at Tito yung mga damit nila nakita ko sila kanina.**"wika pa ni Hannah

At ang panghuli ay si Hannah Lim

Kagaya ng mga magulang namin na parte ng isang sikat at malaking organisasiyon. Siyempre,Ganun din kaming Lima.

We're BGK **Bloodylicious Killer** Under the **XO** Or **Xhinephonix Organization**

Chapter 2:

Pagkadating ko mismo sa uupuan ko ay bigla ko nalang silang tinanong.

"Ano?Dala niyo ba?"tanong ko pa tsaka ko inayos yung pagkaka-upo

"Siyempre. Kami na to no."taas noong sagot pa ni Jelliane

"That's good."at ininom ko na yung wine

The event is already started.

Actually sinabihan ako ni Daddy na di ko na raw kailangan magdala ng mga delikadong mga bagay gaya ng baril,knife,dagger at kung ano ano pa. Since nasa safe place kami.

Pero nagmamatigas ako nagdala parin ako ay mahirap na kapag nasa harapan mo na si kamatayan.

After five hours nandun na sina Mommy at Daddy sa stage at nagsimula na sila sa kanilang speech for the thank you's.

"Thank you for everyone who came to our anniversary event especially to our family friends. Gynsreamin Family, Grenial Family,Lim Family and Sy Family and to our beloved designer,Ms Gin Alva."paunang salita pa ni Daddy

Ngumiti naman ang pamilyang tinawag niya tsaka narin si Ms Gin.

"And to our beloved daughter,Helliahvanarisha and to her friends. Monica, Hannah,Jelliane and Stephanny. Thank you ladies. And thank you everyone who came for tonight's event. Let's just enjoy tonight."tugon pa ni mommy

After ng mahaba-habang speech nilang dalawa ay umupo na sila at sabay sabay kaming kumain lahat. May nag kwe-kwentuhan,may sumasayaw at kung ano ano pang mga activities na naisipang gawin.

-Bang-Bang-

Ilang minuto lang ang nakalipas ng may narinig kami na isang tunog dahilan para magpanic ang lahat.

Dalawang beses,dalawang beses namin narinig ang tunog na yun. At siya narin ang dahilan ng lakas ng kabog ng aking dibdib. My world suddenly feel the slow motion feelings.

"Mr. Brights,Mrs Brights. No! Gumising kayo!"rinig kong sigaw ni Tito Grenial

Diko alam kung san ako pupunta. Hahabulin ko ba yung namaril o pupuntahan ko yung mga magulang ko. Pero sa di malamang dahilan nadatnan ko nalang na tumatakbo napapalabas yung sarili kong mga paa.

Rinig na rinig ko yung pagtawag ni Monica sakin pero di nako lumingon.

"HOY! TUMIGIL KA SA KAKATAKBO MO HINAYUPAK KA?!WAG MOKO'NG TAKBUHAN HARAPIN MO'KO TARANTADONG GAGO?!"pagsisigaw ko pa nang maabutan ko yung namaril sa parking lot

"BA'T MO BINARIL YUNG MGA MAGULANG KO AH?ANO BA YUNG ATRASO NILA SAYO?"sigaw ko pang tanong sa kanya dahilan para tumigil ito

Di siya nagsalita humarap lang siya sakin at bigla niya lang akong binaril,binaril niya ako sa tagiliran ko. At huli na ng napansin ko.

Pero gumanti din ako ng pagbaril sa kanya. At natamaan ko siya sa kaliwang braso niya tsaka siya tumakbo ulit papalayo.

"ARGHHHHHHH!?MAMATAY KANANG HAYOP KA?!PAPATAYIN TALAGA KITA!? pagsisigaw ko pa wala na akong paki kong mawalan pa ako ng boses kakasigaw dito

"Hell,Holy Shit?!"Dinig kong tugon ni Hannah nang makalapit ito sakin pero tinignan ko lang siya at inalalayan niya lang ako papasok sa loob

"M-Ms Brights,y-yung mga magulang mo."sambit pa ni Ms Gin sakin

"M-Mom?Dad?gumising kayo paki usap wag niyo 'kong iwan. Paki usap Gumising naman kayo Mom,Dad?"mangiyak-ngiyak ko pang alog sa mga katawan nila.

"MOOOOOM DAAAAD AHHHHH?!.......Paki usap gumising naman kayo. Isama niyo nalang ako. Ayoko dito!?"pagpupumilit ko pang gisingin yung mga katawan nila.

Pero sobrang lamig na ng katawan nila.

"Nak."sabay tapik sa balikat ko tsaka ko niyakap si Tita Irene (mommy ni Monica)

"Tita."dun na ako umiyak ng todo ng hinaplos ni Tita Irene yung likuran ko

"Magkakaroon din ng hustisya yung mga magulang mo. Hindi kami pagpayag na basta basta lang ang lahat. Kukunin natin ang hustiyang nararapat sa kanila."saad pa ni Tita Irene alam na alam ko na sinisigurado niya yung sinasabi niya. Tsaka niya ako niyakap ng mahigpit

-Makalipas ang dalawang linggo-

"Bunso?Nandito na yung mga kuya mo."rinig kong boses mula sa ibaba

"Bunso,San kaba?"tanong pa nila

Pero diko sila pinansin halos mag iisang linggo na akong nagkukulong dito sa kwarto ko ni walang ganang Kumain. O lumabas.

-Tok-tok-tok-

"Pasok."matamlay ko pang sambit tsaka naman bumukas yung pinto at pumasok yung dalawa kong kuya

"Naku bunso?! A-Anong nangyari sayo?"gulat pang tanong sakin ni kuya Handrico

"Sabi ng mga kaibigan mo,halos isang linggo kanang di lumalabas ng bahay."sumbat pa ni kuya Harry sakin

"Ang tanga ko kuya. Sobrang tanga ko. Ni hindi ko man lang nagawang patayin ang Gagong yun."saad ko pa sa kawalan

"No! Hindi ka naging tanga Bunso. Ginawa mo lang yung magagawa mo. Maipaghihiganti din natin silang Mommy at Daddy. I swear that to you."saad pa ni kuya Handrico tsaka nang pinky swear

"Now that we're both here. Kasama mo kami sa lahat. 'pag sinabi kong lahat,Lahat lahat talaga. Kahit kamatayan pa man ang kalaban."nakangiting wika pa ni kuya Harry tsaka niya ako hinalikan sa noo

"Kaya lumabas kana at kakain na. Kakain tayo ng sabay."dagdag pa nito tsaka ako inalalayan

-After two Months-

"Kuya?I'm going to school,bye."pagpapaalam ko pa kay kuya Handrico habang nagkakape sa sala at nagbabasa ng dyaryo

"Teka,Ihahatid ka ni Harry sa university mo." Sambit pa nito

"Tara na Bunso,may aasikasuhin pa kami sa Fantherarie ng kuya Handrico mo dun."Aniya pa ni kuya Harry.

Simula ng mawala sila Mommy at Daddy yung dalawa kong kuya na ang nagaasikaso sa Fantherarie at sila nadin ang nagsilbing mga magulang ko.

Fantherarie,yan yung place ng mga mafia members na pinamumunuan nila Mommy at Daddy.

-STANLYNIER UNIVERSITY -

"Okay kana ba?Gusto mo bang ihatid kita sa room mo?"tanong pa ni kuya

"I'm okay. And besides kuya,di na ako bata I can handle myself."nakangiti kong sagot sa kanya

"That's our girl. Anyway, susunduin nalang kita mamaya pero 'pag di kita masundo itetext nalang kita,okay?" "paghabilin pa nito

"Yes Sir."tsaka ako nagkunwaring salute pero ngumiti lang siya at umalis na

"Monica?Hannah?Stephanny?Jelliane?"ngiting tawag ko sa apat nang makita ko silang naglalakad papasok sa gate

"**Heeeelll!**"tawag pa ng apat sakin at agad naman nila akong niyakap at niyakap ko rin sila

"**I really miss you girls.**"tugon ko pa sa kanila

"**We miss you too.**"wika pa nila

Tara na sa loob."sambit pa ni Stephanny

"**Tara.**"sagot pa naming apat

Chapter 3:

Habang naglalakad kami ay bigla nalang akong binangga ng isang babae.

"BWISIT?!tumitingin ka nga sa dinadaan mo?"pagtataray ko pa ng banggain niya ako

"Sorry ah?diko kasi kasalan na kung ta-tanga tanga ka kung mag lakad."supladang sagot pa nito

"Wow?Ikaw pa tung may kasalanan ikaw pa'tong may ganang magalit? Kapal naman nag pagmumukha mong hampas lupa ka?!"taas kilay kong sambit sa harapan niya

"Hell,Wag mo nang patulan ang isang taong kasing liit ng monggo ang utak baka mabawasan lang yang ganda mo."pagpigil pa ni Monica sakin tsaka ni hinead to foot yung tingin. Aangal na sana yung babae pero tinarayan lang ni Monica

-Classroom-

"Ms. Angel. You are late *again*. That's fifth time days in a week."mataray na sumbat pa ni professor Mitch.

"It's none of your business,Bitch-Prof."sagot pa nito

"Hmm?Angel?Really?"tanong ko pa sa sarili ko

"Hell?Kaklase pa natin yung impakta ay Este yung babae."nakangiting tugon ni Jelliane sakin

"Yeah. You're amazingly right,Jell. That's really exciting."nakangiti ko ding tugon sa kanya

-Class hour end-

"Mia Angel,Right?"patanong ko pa sa kanya

"Yes."mataray pa niyang sagot sabay taas ng kilay peke naman

"Actually,di Bagay sayo yung last name mo. *Angel?* Pero yung ugali dinaig pa si satanas."nakangiti kong saad sa kanya

Mahilig akong magsimula ng gulo,eh

"Paki mo?Eh,Ikaw nga….."pabitin pa nito tsaka niya ako hinead to foot

"Ano?"taas kilay ko pang tanong sa kanya

"Wala!"pagsusungit pa nitong sagot

Di niya ako mahahanapan ng kapintasan.

Exactly. I am born perfect.

"Let's go Hell. Nagsasayang ka lang sa taong kasing liit ng langgam ang utak."tawag pa ni Stephanny sakin

"Sinong kasing liit ang utak langgam?"patanong pa nito

"Ay?Tinatanong pa ba yan?di ba halata na Ikaw yun?Ikaw yung utak langgam."pabalang pang sagot ni Jelliane sa kanya sabay panduduro pa nito

Sasampalin na sana ni Mia si Jelliane ng inunahan ko na siya

"How dare you?!"Galit pa nitong tanong sakin sabay haplos sa pisnge niya

"Wag na wag mong madadapuan ng marurumi mong kamay ang mukha ni Jelliane o kung sino sa mga kaibigan ko,kung ayaw mong makita ang mukha ni satanas na naka abang sa'yo."taas kilay kong tugon sa kanya tsaka ko siya inirapan aangal na sana siya pero tinalikuran ko lang

Gustong-gusto talagang gumawa ng gulo

"Let's go,Girls."tugon ko pa sa kanila at naglakad naman kami

"Thanks Hell."aniya pa ni Jellianne

"Welcome. Tara milktea?Libre ko na."nakangiti kong aya sa kanila at makikita mo naman yung mga mata nilang nagliliwanag nang marinig nila yung salitang *libre*

-MILK TEA-

"Laki na ng pinagbago mo Hell ah, since your parents passed away."Sambit pa ni Hannah

"Yeah,Pero di ko rin pwedeng kalimutan ang taong pumatay sa mga magulang ko."kampante ko pang sagot sa tanong ni Hannah

"Kasama mo kami sa lahat Hell,Kahit kamatayan pa 'yan."saad pa ni Monica

"Thank you girls."ngiting sambit ko pa

"Wait. Parang pamilyar sakin yung lalaking yun ah?"seryoso kong sambit tsaka ako lumapit ng dahan dahan pero lumabas sya kaya sinundan ko na agad

"Hoy!Lalaking naka itim. Tigil!?"pag uutos ko pa sa kanya at huminto naman ito

"Sino kaba? you've been following me these past few days."tanong ko pa sa kanya

Tsaka siya humarap,naka harap nga naka takip naman ang mukha.

"Ako?"patanong pa nito

"Malamang! Wala namang ibang tao ang nandito at di ka naman siguro bulag o bingi,Diba?"taas kilay ko pang pamimilosopo sa kanya

"Well,I'm your worst nightmare, Helliahvanarisha Cullen Brights."tugon pa nito dun sa tanong ko kanina

"Ba't mo'ko kilala?sino kaba?!How do you know me?"sunod sunod ko pang tanong sa kanya

"Masyadong maaga pa para makilala mo ang pag kakilanlan ko,Brights."tugon pa nito sa isang mala misteryosong tono tsaka nito umalis

"Aaargh?! That fucking Bastard?!"inis ko pang saad tsaka ko tinapon yung dala dala kong milk tea at agad din akong bumalik sa loob

"Girl?where have you been?I've been looking you for ages?"tanong pa ni Jelliane

"May sinundan lang akong isang pamilyar na lalaki."sagot ko pa sa tanong niya tsaka kami bumalik sa table namin

"Where have you been?"tanong pa ni Monica

"Naaalala niyo ba yung palaging naka-itim sa tuwing nakikita ko na sinasabi ko sa inyo?" tanong ko pa sa apat

"Yeah?pano naman namin makakalimutan?"sagot pa ni Stephanny

"Well,he's here earlier. Kaya sinundan ko siya hanggang sa labas. Out of curiosity,I ask him kung sino siya,but he didn't bother to answer my question. Even worst, he knows me. He knows my name."naiinis kong pag kwento sa kanilang apat

"Ows?Wait. Are you for real?"tanong pa ni Jelliane

"I don't know?"nakakunot noo ko pang sagot sa kanya

"Stalker."simpleng sagot pa Monica

"Yeah. He might be your stalker."pag sang ayon pa ni Hannah sa kanya

"Obsessed stalker?"biglang tugon pa ni Stephanny

"Huh?"Jelliane

"Huh? obsessed stalker?why?"litong tanong ko pa

"I mean,palagi siyang nandun kapag nasan ka. I bet 'pag nasa impyerno ka? Susundan ka parin niya. Tapos these past few days nakakatanggap kapa ng mga weird gifts and uneasy feelings or vibe na binibigay niya when he's around you. A vibe that can kill in instant,Hell."sagot pa ni Stephanny sa tanong ko

"Medyo agree ako na parang hindi."saad pa ni Hannah

"At bakit?"tanong pa ni Stephanny

"He might be an obsessed Stalker,Yeah. But do you really think that he's just a stalker and giving you weird gift as a present? There are types of stalker around the world,Hell. Maybe he's just lurking around and waiting for your response."sagot pa ni Hannah

Wala akong naintindihan,ubos na yung braincells ko

"I don't care if he was after me. If he wants to kill me?And I need to kill him first. That's a easy thing to do guys."tanging tugon ko lang sa kanila

"That's our girl."nakangiting tugon pa ni Monica

"Yeah,Whatever he wants. We can actually give him the extra *service* we can."dagdag pa ni Jelliane

"An extra service to Hell." nakangiting saad pa ni Hannah

Yung nagtitinda ng milk tea ang sama ng tingin niya samin,dahil narin siguro sa topic namin pero,who cares?right?

Chapter 4:

After namin mag milk tea ay agad narin kaming umuwi sa kanya kanyang mga bahay namin.

Nang makarating na ako sa bahay isa lang ang nadatnan ko,at yun ay sobrang dilim ng bahay na akala mo walang nakatira na tao. O di kaya'y di mo mawari kung bahay paba 'to o kweba.

"Mga kuya,asan kayo?" inis ko pang pagtawag sa dalawa kong kuya habang kinakapa ko yung phone ko para may flashlight ako

"B-Bunso?is that you?" rinig ko pang tawag ni kuya Harry sakin tsaka ko nahanap yung switch

"Ang gulo ng bahay. May bagyo ba rito?May dumaan bang bagyo sa loob ng bahay?" takang tanong ko pa nang mabuksan ko ang ilaw at tumambad sakin ang magulong living room.

"Kuya Harry?Asan kayo?" tanong ko pa

"Nasa itaas kami,Nandito sa kwarto mo,Bunso." sagot pa ni kuya Harry kaya dali dali naman akong umakyat sa itaas at nagtungo sa kwarto ko

Pati sa kwarto ko ang dilim kaya dali dali kong kinapa yung switch at agad namang nagliliwanag ang paligid.

"K-Kuya Handrico?" gulat ko pang saad ng makita ko yung isa kong kuya na nasa sahig at puno ng dugo na inalalayan naman ni kuya Harry

"W-What happened?How did this happened?" gulat ko pang tanong sa kanila tsaka ko nilapitan si kuya Handrico

"Kuya?"

-Hospital-

Habang nasa labas kami ng E.R pabalik balik lang yung ginawang lakad ni Kuya Harry. Lakad dito lakad dun.

"Kuya?ano ba kasi ang nangyari?ba't ayaw mong magsalita?" pag uulit ko pa sa tanong ko kanina pero tinignan niya lang ako na parang nagdadalawang isip pa at agad naman siyang umupo sa tabi ko at huminga nang malalim.

"**Ganito yan Bunso,we plan to to surprise you pero may mali. Habang ginagawa namin ang plano itong si kuya Handrico mo ay may napansin siyang kakaiba sa kwarto mo,kaya agad niya naman itong pinuntahan. At sa pag punta niya isang putok ng baril ang tangi kong narinig. Kaya agad akong tumakbo patungo sa itaas at dun ko lang na nadatnan si Handrico na may tama na ng baril at may saksak pang patalim.**"mahabang paliwanag pa nito

"**But who the hell would do this to you?at may lakas pa talaga ng loob na gumawa ng ganun,at sa puder pa talaga natin?**"naiinis ko pang tanong habang nakakuyom na yung mga kamao ko

"**Hey Hell. Napansin mo ba yung kanang braso ni Handrico?**"tanong pa ni kuya Harry,kalmado yung katawan niya pero yung mga mata niya...

"**K-Kuya Harry?**"pagtawag ko pa sa pangalan niya tsaka niya ako tinignan

"**You saw it too,right?**"tanong pa nito

Tumango lang ako bilang sagot

"**It's written with a blood,DGK.**"Pauna pa nito

"**DGK?Anong meaning naman niyan?**"tanong ko pa sa kanya

"**If I'm not mistaken,It's Dark Gun Killers,Hell.**"sagot pa niya

"**Relatives of the patient?**"patanong pa ng isang Doctor nang makalabas ito

"**Kami,Kapatid namin siya,**"sagot ko pa sa tanong niya **"how's our brother,Doc?"**

"**He's life is not in danger anymore, mabuti nalang at nadala niyo siya dito agad. Or else baka may lalamayan niya. But for now,he needs to take some rest.**"tanong pa nito

"**Thank you,Doc.**"tugon ko pa tsaka ito umalis

"**Class,We have new students,please introduce yourself,Mr Leverick.**"anunsiyo pa ng professor tsaka pumasok naman ang isang lalaki

He's tall.

"**Demon Asthro Leverick. I'm not here to do friendly things.**"tugon pa nito

Tsk! Halatang demonyo. Pangalan palang

Wait. Di naman nalalayo yung pangalan ko sa kanya ah?...alagad?

"**You can take a sit beside of Ms. Sy.**"tugon pa ng professor tsaka niya tinuro yung upuan ni Jelliane

"**Okay.**"walang ganang saad niya tsaka kami nagkatinginan at ngumiti lang ito

Dummy

Time flew fast by. At uwian na

"**Demon Asthro Leverick.**"pagtawag ko pa sa pangalan niya

"**Yes?**"saad pa nito tsaka niya ako nilingon

"**Have we meet before?You look familiar with me.**"taas kilay kong tanong sa kanya

"**Nope. I shall say,this is our first time meeting each other,Helliahvanarisha Brights.**"sagot pa nito tsaka lumapit na yung mga kaibigan niya

"**Dude! Buti nalang at lumipat kana dito.**"masiglang tugon pa ni Kirby Lee

"**I got my reasons why I need to be here. After all,my target is *near* at me.**"rinig ko pang sagot niya tsaka ko kinuha yung bag ko

Target?What kind of target?...Hm,This is getting interesting.

"**Tambayan?**"tanong pa ni Angel Tan Max

"**Tara!**"masayang sagot pa ng magbabarkada tsaka umalis

Demon and Angel? sounds kind of bullshit.

Angel Tan Max, Sheen Callix, Danica Del, Selma Pamela, Kirby Lee, Christian Lazaro, Davies Popcorn, Xenos Rechen and Demon Asthro Leverick.

All of them are friends.

Well, I wouldn't get that surprise if something unexpected happen

"**Hell?**"tawag pa ni Monica sakin

"**Ah?**"

"**Stop spacing out. We need to go, I need to visit my future husband.**"sambit pa ni Hannah

"**Tsk! Di ka naman kinacrushback nun. You're just wasting your precious time, Hannah.**" pagpapasuko ko pa sa kanya

Hannah has a crush with Handrico and yet, that big jerk. Didn't even care, not a little

"**Kahit na. Nag aalala parin ako sa kanya, no.**"pag-alala pa nitong tugon sakin kaya napakamot nalang ako sa ulo ko kahit wala naman akong lisá sa ulo ko

"**Tch! Tara na nga.**"tsaka kami lumabas ng University at agad din kaming sumakay sa sasakyan ni Jelliane

-Hospital-

"**Kuya? Are you now okay?**"tanong ko pa sa kanya nang makapasok na kami

"**Yes Bunso, kailangan kong gumanti sa kanya!**"inis pang tugon nito

"**Gumanti? Sa kanya? You mean kilala mo yung may gawa sa'yo? personally?**"takang tanong ko pa sa kanya

"**Oo. Kilalang-kilala.**"Seryosong sagot pa ni kuya Handrico

Chapter 5:

Pagkatapos kong tanungin yung tanong di niya man lang ako binigyan ng tamang sagot.

"*Kilala mo?Who?tell me?tell me,so that I can help you out.*"

"*Kids,need to butt out the business of adults.*"

"*Kids?I'm not even a kid, how could you say that to me? May Bata bang pumapatay?ha?Wala Diba?so,I'm not a kid.*"

-Fantinum place-

"**Guys,'pag di talaga sinabi ni kuya Handrico kung sino ang gumawa nun sa kanya ako na mismo ang maghahanap!**"tugon ko pa sa apat habang pinapahiran ko yung baril ko puro alikabok na kasi

"**How?ni hindi nga sinabi sa'tin kung sino yung gumawa. And now, You're trying to find them?**"sambit pa ni Stephanny

"**She's right,Hell. What if while we're finding deeper clue about them,they suddenly attack us?ha?**"patanong pang pag alala ni Jelliane

"**Then,Let's make a big war, a war that only winners can make it out alive. Parang di naman kayo sanay sa ganyanan.**"pasinghal kong sagot sa kanya tsaka sila tumawa

"**Ah! I can't she's dumb.**"tugon pa ni Monica

"**AHH!field trip na bukas,sasama naman kayo diba?**"masayang tanong pa ni Hannah tsaka humigop ng soft drinks

"**Is that even a question?**"then Jelliane smirk at her

"**Attention Ladies.**"maawtoridad pang sambit ni kuya Harry nang makapasok niya sa loob

"**Kuya?Ba't ka nandito?,**"nakakunot ko pang tanong sa kanya "**Tambayan namin to.**"

"Narinig kong may field trip kayo bukas."panimula pa nito tsaka sila umupo

"Yeah?and why?"taas kilay kong tanong sa kanya tsaka ko nilapag sa mesa yung baril ko

"Leo and Uno will come with you. Don't bother to ask unnecessary questions."seryosong tugon pa nito

"Ha?why do you always treating us as a kids?We're not KIDS!? For glory sake. we're not *kids,* Harry."pagdidiin ko pa pero tinignan niya lang ako ng masama

"Show some respect,Hell."kalmadong sabi pa nito. **"Just Consider it as your human protector."**dagdag pa nito tsaka na sila umalis

"ARRRGHHH?!"tsaka ko aksidenteng napabaliktad yung mesa at di naman magulat yung apat sa ginawa ko.

"Protector?is that how he treat *his* own friends?How heartless?!"

---Field Trip---

"Kuya Leo,Kuya Uno,di pa kayo sasabay sa bus namin?"tanong ko pa sa dalawa

"No need Hell,We're using Leo's car."walang ganang sagot pa ni kuya Uno

"Okay."tugon ko pa tsaka na ako pumasok sa bus at umupo

"Ba't Wala dito yung grupo ng demonyo?" takang tanong ko pa ng makapasok na ako sa loob

"If you're looking Demon's group, nauna na sila sa lugar."sagot pa ni Selma

"Ha?Wait...then,Why are you still here?"tanong ko pa sa kanya

"Yung mga lalaki lang yung nauna sa lugar."simpleng sagot pa nito at umupo

At nagsimula na ngang umandar yung sinasakyan namin,at nakasunod nga silang kuya Leo.

With Professor Marasigan's approval,pinayagan silang sumama.

"Sis?nakita mo ba yung driver ng sasakyan na'yon?"tanong pa ni Cendy Archway sabay turo sa sasakyan nilang kuya Leo

"**Yeah,Sobrang pogi nung nagdadrive.**"kinikilig pang sagot ni Mia

"**No! Mas pogi yung katabi niya.**"sambit pa ni Maricar Syntan

Pogi?Well I can't deny the fact that Kuya Uno and Kuya Leo is pretty handsome. But behind that handsome face is their modest attitude.

"*Tignan lang natin kung papansinin kayo ng dalawa.*"

Mga ilang oras din yung binaybay namin hanggang marating namin ang lugar.

Infairness,maganda ang lugar. I know how to appreciate the nature's beauty.

"**Class find your groups and start preparing things out.**"tugon pa ni prof. Marasigan

"**Ladies,Dito tayo.**"tugon pa ni kuya Uno at agad naman namin silang sinunod

"**Tigil,ba't malaking bag yang dala mo,Jellianne? Para sa camping?**"malamig pang tanong ni kuya Leo sa kanya

Gah! It's no use,Jell.

"**A-Ah. W-Wala lang po ito. Mga damit ko lang po ito kuya Leo,alam mo naman na pawisin ako. Kaya halos minu-minuto kailangan kong magbihis ng damit.**"utal pang sagot ni Jelliane

I guess nakalusot siya?

"**Hi pogi.**"malanding pagbati pa ni Mia kina Kuya Leo at Kuya Uno

"**Ah?Who're you?**"malamig pang tanong ni kuya Uno sa kanya

"**Your future wife.**"kampanting sagot niya

"**I don't have time to play with you Miss. Just mind your own god-damned business. And stay out of my fucking sight.**"tsaka niya tinalikuran si Mia

Sabi na eh.

Malamig pa sa ice ang ugali ni kuya Uno

"**I don't jntend to play your feelings,love. I don't have any intention to play your feelings.**" yayakapan niya sana si kuya Uno pero lumipat ito ng pwesto at na out of balance pa si Mia

"**Deserve that Slutty Bitch!**"then I smirk at her

"**Do you need any help?**"tanong pa ni Cendy kasama si Maricar kay kuya Leo,but...

"**Hey! I'm talking to you.**"tugon pa nito

Kung si kuya Uno ay ugaling ice,si kuya Leo naman ay parang pusang di namamansin

"**Ah! Introvert type. How sweet. I'm really into introvert boys.**"masiglang tugon pa ni Maricar

"**Then?so what?Your voice is annoying and your presence is stinky, stay the hell out of me. Bitch!**"then kuya Leo glared at them before he left

He don't know how to control his words.

"**Get a clue mga malalandi. They're not that easy type for you to seduce them. Maybe try killing some people at tiyak ako na papansinin nila kayo.**"tsaka ko sila tinalikuran

As for me,Inabot pa ako ng ilang taon para lang maintindihan ko yung mga ugali nila.

Ganyan yung mga ugali nilang kuya Leo at Kuya Uno

Agad naman akong lumapit sa dalawa sabay sabing....

"**Kayo siguro yung totoong kapatid ni Kuya Harry at hindi ako.**"natatawang tugon ko sa dalawa habang pinapatayo yung tent

"**And why is that?**"walang ganang tanong pa ni kuya Uno

"**Look, I mean yung mga ugali niyo katulad na katulad ni kuya Harry. Especially when it comes to the girls.**"sagot ko pa sa kanya

They do exception.

"**Stop blabbering nonsense and help us around.**"pag uutos pa nito

"**Okaaaay.**"

Kaya tumulong nalang ako habang sina Hannah ay nag papa apoy

Yung totoo camping ba'to o field trip?

"**Hannah,ano 'yan?**"tanong pa ni kuya Leo ng aksidenteng maihulog ni Hannah yung isa sa mga dagger niya

"Eh?Uhm..for protec…tion?"sagot pa ni Hannah tsaka niya kinuha yung dagger niya at tinago pa niya sa likuran niya

"At bakit?"tanong pa nito ulit

"Kasi di nating alam kung kailan aatake yung mga kalaban kaya mas mabuting nakahanda tayo. Kaysa magsisisi, no?"kumpiyansang sagot pa nito

"Give it to me,NOW!"maawtoridad pang utos ni kuya Leo Kay Hannah at wala namang nagawa si Hannah kundi ibigay ito

That night lumabas muna ako ng tent para magpahangin.

Sobrang init dito.

"It seems like everyone is already sleep."tugon ko pa sa sarili ko tsaka ako tumingin sa kalangitan. "wow! Sobrang ga…nda."manghang saad ko pa nang makita ko yung mga bituin sa kalangitan

"Palagi bang ganito ka ganda ang langit tuwing Gabi?"tanong ko sa sarili ko."or is it just because we're out of city?"

"We meet again,Helliahvanariah Cullen Brights."

Chapter 6:

"We meet again, Helliahvanarisha Cullen Brights."tugon pa ng isang boses mula sa likuran ko nang haharap na sana ako ay bigla niya nalang tinakpan yung bibig ko. Habang hawak niya yung magkabilang kamay ko patalikod

"To think that destiny will create a path for us to meet again. Isn't it amusing?"dagdag pa nito tsaka pilit kung kumawala sa pagkahawak niya

"SHHH! don't you think that our fate connected with each other?maybe we're really meant to be,My Dear."saad pa nito sa tenga ko tsaka ako nakaramdam na parang may dumikit sa tagiliran ko

Is it gun?

"Try to make even a tiny voice, there's an graveyard that good for everybody. I already dug it."pagbabanta pa niya kaya napatigil ako sa ginagawa ko

"That's a good girl. Now,Let's go somewhere quietly."

"Monica gising!"paggising ko pa kay Monica nang magising ako dahil sa init ng panahon kahit gabi

"Bakit,Hannah?"tanong pa nito

"Wala dito si Hell."pagbalita ko pa sa kanya at agad din itong bumangon

"Haaa??!"sigaw pa nito tsaka ko tinakpan yung bibig niya

"Idiot! Don't make a loud voice we're in the middle of the night. Stupida!"pagsuway ko pa sa kanya

"Let's go."tugon pa nito tsaka niya binuksan yung tent namin

Me,Monica,and Hell nasa iisang tent lang. Silang kuya Leo at Kuya Uno naman magkasama sa iisang tent,habang si Stephanny naman at si Jelliane nasa kabilang tent.

"Should I wake them up?" tanong ko pa kay Monica

"No! Absolutely not! It'll get more worst,Lalo na kapag malaman nilang Kuya Uno at Kuya Leo." sagot pa nito

Yeah,it'll get worse, especially Kuya Leo

Kaya dahan-dahan kaming lumabas

"So?Where to start?" tanong ko pa sa kanya

"I don't know. We'll split up. Go that side and I'll go with this side." tugon pa nito tsaka kami naghiwalay ng daan

"Where the hell are you,Hell. Dis Oras na ng gabi." tanong ko pa sa sarili ko at agad kong kinuha yung phone ko para may flashlight ako

BANG!

"putok ng baril?" gulat kong saad sa sarili ko tsaka ko sinundan kung san nanggagaling yung tunog

"T-That might Hell's gun,right?" pangungumbinsi ko sa sarili ko. **"Is she fighting someone?"** Tsaka na ako tumakbo at...

"Hell?!" tawag ko pa sa pangalan niya nang makita ko siya tapos may biglang tumakbo pa papalayo sa kanya

"What happened,Hell?" tanong ko pa tsaka ko nabitawan ang phone ko

"Hell?Hannah?" sambit pa ni Monica sa mga pangalan namin

"Hell?What just happened earlier?care to tell us everything?" tanong ni Monica sakin nang makabalik kami sa tent

"Well nagising ako kanina dahil sa sobrang init ng panahon kaya naisipan kong lumabas. Tapos Habang tinitignan ko ang kalangitan,bigla nalang may taong sumulpot sa likuran ko at dinala ako sa lugar na 'yon." paliwanag ko pa sa kanila

"So?ano yung narinig namin kanina?" tanong pa ni Hannah sakin

"Thats my gun. The sound of my gun."simpleng sagot ko at binatukan naman ako ni Monica. **"What?"**

"Are you dumb?or idiot?In first place how did you sneak your gun with *them?*"tanong pa nito

"*Them?*"tanong ko pa

"DUMMY! kina Kuya Leo and Kuya Uno. Just how?"tsaka niya ako binatukan

"It's simple."sagot ko pa

"Did you see the face,Hell?"seryosong tanong pa ni Monica

"...No..not at all."

"Is that so?"panghihinayang pang sabi ni Monica

"Guys?wag na wag niyo 'tong ipaalam na Kahit na sino. *Kahit na sino.*"tugon ko pa sa kanila

"Okay." Monica and Hannah agreed

It's been weeks since that happened.

"My mind is spinning around."wala sa sariling sabi ko pa nang makaupo ako sa upuan ko

"That night."dinig kong boses ni Demon tsaka ko siya hinarap

"Ha?"inosenteng tanong ko

"Where have you been that night. I heard some gun shots,too."tanong pa nito sakin habang papalapit yung mukha niya sa mukha ko

Huh?how did you know?Besides,how did he heard those shots?is he nearby?

"Ha?what do you mean,that night?are you on high?"pag iwas ko pa sa tanong niya at humikab pa ako sa harapan niya mismo at bahagya Naman siyang napalayo

"Don't play dumb with me,Brights. It might be great If you die back there. And we'll be having mourn just for you."nakangiting tugon nito

"**Mourn?Ha!it seems like you know something,Leverick?**"then I smirk at him

"**Not something but everything. After all,I'm not lap dog like you.**"wika pa nito sakin tsaka niya ako inalisan

Lap dog?tsk!

"**Take a proper sit, students. We have another student to join us.**"biglang tugon pa ni prof. Marasigan

Tsaka pumasok ang isang lalaki

"**Regent Jacob Drawn. Nice to meet you.**"

masungit pa nitong pakilala sa lahat

Drawn?Drown?what?

"**You can take a sit besides at Ms. Brights.**"saad pa ni prof. sabay turo sa bakanteng upuan sa tabi ko

Tsk! Sa dami-daming bakanteng upuan,dito pa talaga?

"**Nice to meet you,Brights.**"nakangiting pagbati niya sakin

He's expression change?

"**Nice to meet you…too.**"pag aalinlangan ko pang bati sa kanya

-Class hour end-

"**Girls?Sa tambayan tayo Mamaya. May sasabihin lang akong importante.**"

Chapter 7:

Agad din kaming nagtungo sa tambayan namin. Tsaka ako nagtungo sa kwarto ko para magbihis.

"I don't have clothes to wear."panghihinayang kong saad nang mabuksan ko yung closet ko

"Pinagsasabi mo diyan?marami ka na ngang damit."panunumbat pa ni Jelliane nang madaanan niya ako **"puro pula nga lang."**

"Jell?Shopping tayo next time."malungkot kong tugon sa kanya tsaka ko kinuha yung pulang sando ko tsaka ko na sinuot

"Basta libre mo. Di ako aayaw sa libre."saad pa nito tsaka na siya dumeritso sa kabilang kwarto

"Kapal naman ng pagmumukha mo!?"sigaw ko pa

Tsaka ako nagtungo sa salamin para tignan yung sarili ko.

"There's no way to hide my tattoo."tugon ko pa sa harapan ng salamin

We got tattoo,kaming lima. BLK. Na may itim na rosas sa bawat letra(BLK-BLOODYLCIOUS KILLERS)

Tsaka na ako lumabas at dun ko nadatnan yung tatlo na nag uusap na.

"So?what do you want to tell us,Hell."tanong pa ni Monica

Should I tell them?

"....uhm...so,like...ganito..pano ba...what do you think about Demon?"tanong ko pa sa kanila tsaka na lumabas si Jelliane

"Handsome?"sagot pa ni Hannah

There's something wrong with her head.

"No! That's not it."aniya ko pa sa kanya **"what I mean is his overall personality."**

"Well,I guess low-key type?"patanong pang sagot ni Stephanny

"**Attention guys!.....Attention to all mafia members. We have emergency meeting this coming Tuesday, 8:45pm. SHARP!**"basa pa ni Stephanny

"**Meeting?Again?are we exempted?**"tanong ko pa dito

"**Sadly not. We're important. That said. Especially,The Bloddylicious Killer. Monica,Jelliane,Stephanny,Hannah and Helliahvanarisha.**"basa pa niya sa text message at may biglang parang nahulog na basag na bote na nanggagaling sa labas ng tambayan namin

"**What's that?**"taas kilay pang tanong ni Monica tsaka kami tumayo

"**Get your weapons out!**"utos ko pa sa kanila tsaka naman kami kumuha at dahan dahang naglakad

"**ssssh!....walk slowly.**"utos pa ni Hannah at agad din kaming nagtungo malapit sa bintana at....

"**Gotcha!**"nakangiting saad pa ni Monica nang mabuksan niya yung bintana. "**Sup?Cendy Archway and Maricar Synran.**"then she suddenly smile

"**Why're you both here?**"seryosong tanong ko pa sa dalawa tatakbo na sana pero biglang lumabas ng bintana silang Jellianne at Hannah at agad din nilang nahuli ang dalawa.

"**Oopsie.you can't make it out alive darling. Once you step our turf.**"sabi pa ni Jellianne

"**Ha!alam na namin ang tunay niyong pagkatao,kayong Lima!**"matapang pang sabi ni Maricar

"**Oh?really that's good to know. It's less hassle to introducing ourselves to our lovely cutie pretty victims isn't it right,girls**?"saad ko pa

"**Malalaman at malalaman din ito ng lahat ng studyante o di kaya'y lahat ng tao.**"pasinghal pang aniya ni Cendy

"**Awh?so matatakot naba kami niyan?like kyaaaah!Hell, Malalaman na nila yung tunay nating pagkatao!**"pagbibiro pa ni Hannah

"Stop goofing around,Killers?!"tsaka biglang tumakbo si Cendy sa kanang daanan at si Maricar naman ay sa kaliwang daan

/Deeply sigh/

I'm not in a mood to go running or chasing.

"Hannah,Jellianne ,Deal with Cendy, Monica and Stephanny deal with Maricar."walang ganang utos ko pa sa apat at agad naman nilang sinunod

Killing small fry is just a waste of time.

After five minutes at nakabalik na yung apat. Sina Monica bitbit nila yung patay na katawan ni Maricar.

Habang sina Hannah yung putol na ulo naman ni Cendy.

As expected from them.

"How awful. Well then, bring their bodies infront of our university and also don't forget to put our signature names,okay?"sabi ko pa sa apat at ngumiti naman sila na parang naaabot na nila yung solar system

"This is graciously sight,Hell."anang saad pa ni Monica

"You're certainly right about it,Nica."pag sang ayon pa ni Jelliane

Sometimes,I get scared because of them. Monica and Jelliane they can kill in instant. Without a hitch.

-University-

"Cendy Archway and Maricar Synran is already dead!"

"Are you for real?"

"Huh?who would've killed them?"

"BLK,yan yung nakalagay."

"Ha?Nagbalik na yung grupo na 'yon?"

"But isn't it a bad news for us?"

"Are we even safe?"

"True. I thought they're already gone."

"Our life is in danger."

"I can't."

What a commotion

How did they know na silang Cendy at Maricar yung biktima?simple lang, we resemble them,after killing.

Ganyan kami kabait. Para naman kahit papano makikilala parin sila ng mga sarili nilang pamilya

"Fucking holy shit?!I've lost my two best friends?!"mangiyak-iyak pang saad ni Mia

Is it really hurt after losing someone?

"Ssssh..we know. But now,I hope we can give them a proper justice,Mia."pagpatahan pa sa kanya ni Stacy

But then I just rolled my eyes at them.

"Pathetic."bulong ko pa

"BLK victims. Sounds familiar to me."kalmadong sabi pa ni Demon

"Ohh?really?may kilala kaba sa kanila?"pa inosenteng tanong ko pa dito

"I guess. Maybe you can put it that way. They're quite famous back then."simpleng sagot pa nito

"Ah I see. You're actually right. They're *famous*."tugon ko pa dito

"Certainly."

-Class hour end-

"Guys,I need to go to the toilet. The nature is calling me."pagpapaalam pa ni Hannah at nagmamadali itong naglakad papuntang toilet

"Ahh! I need to go the bathroom,too."Dagdag pa ni Stephanny

"Okay! We will wait you in the entrance guys."pasigaw ko pa dito. "Nica?Jell?sa gate nalang tayo mag antay sa kanila."sabi ko pa sa kanila

Kaya nagpunta nalang kami sa parking lot at pumasok na sa kotse ni Monica

After twenty minutes di parin nakakabalik yung dalawa

"**Tagal naman!**"reklamo ko pa. "**Try to dial their numbers.**"utos ko pa dito

"**Wait....**"saad pa ni Jelliane tsaka niya kinuha yung phone niya at sinubukang tawagan... "**Walang sumasagot.**"

"**Stephanny too she's not answering her phone.**"saad pa ni Monica

-TOK-TOK-TOK-

"**AY TANGINA?!**"gulat ko pang sambit ng biglang may kumatok ng malakas sa windshield ni Monica at agad naman binaba ni Monica yung windshield

"**Monica,...s-sina H-Hannah...suga-gatan nasa bathroom.**"hinihingal pang balita ni Althea,our classroom president

Pagkasabi niya ay agad kong binuksan yung pinto at tumakbo agad papuntang toilet. Di na ako nag atubili pa sa paligid.

"**Hannah?Stephanny?**"pagtawag ko pa sa mga pangalan nila

Maraming mga studyante ang nandito pero ni isa kanila wala man lang tumulong

"**H-Hell?**"nahihirapan pang sabi ni Stephanny

"**Stephanny.**""aligagang lumapit Ako sa kanya. "**Fucker shit?!who would've have done this?!**"inis kong tanong nang makita ko na puro duguan si Stephanny at katabi niya naman ay si Hannah. "**Hannah?...H-Hannah wake up.**"paggising ko pa dito

"**S-She just...asleep...someo-one attack her...with a-a wine...bottle.**"nahihirapan pang sabi ni Stephanny tsaka ko tinignan yung paligid,She's right. May basag ngang bote

"**Oh my gosh! Stephanny?Hannah?!**"gulat pang saad ni Monica

They dare to attack my friends behind my back,huh?I'll make them pay!

"**Hell, Chill.**"saad pa ni Monica tsaka niya hinawakan yung kamay ko

"**Moni-Huh?**"gulat ko pang saad, her eyes become too cold

"**Callix?Asthro?Tulungan niyo kaming isakay ang dawa sa sasakyan ni Monica.**"utos pa ni Jelliane

"Okay."

Agad namang kinarga ni Callix si Stephanny at si Astro naman ay kinarga niya rin si Hannah.

I'm going to make them pay for what they've done!

"You can put them down. Thank you." malamig pang saad ni Monica tsaka namang dahan dahang nilagay ng dalawa sina Hannah at Stephanny sa loob at agad naman kaming pumasok tsaka pinaandar din ni Monica yung sasakyan

Chapter 8:

-Hospital-

Tayo,upo,tayo upo. Lakad dito lakad doon. Di ako mapakali dahil sa sitwasyon ng dalawa. They're still in the E.R.

"**Will you chill down for a bit,Hell?**" iritang awat pa ni Jelliane sakin

"**Chill down?Jell,do you hear your words right now?how can I fucking chill down if our friends is in *that* situation?!**"inis at galit kong tanong sa kanya

"**Don't get too fire up,Hell.**"kalmadong tugon pa ni Monica sakin pero inirapan ko lang siya

"**You know what,both of you stay here. And I'll go back to the University. I need some fucking answer.**"saad ko pa sa dalawa at agad din akong umalis di ko na hinintay yung sasabihin nila

Agad akong nagtungo sa parking lot at ginamit ko na yung sasakyan ni Monica.

"**I swear to make them pay,Even if I sold my soul in hell.**"seryosong saad ko pa tsaka ko na agad pinaandar yung sasakyan

Luckily,I know some basic to drive a car

-University-

"**Miss,Hanggang dito kalang,di ka pwedeng pumasok sa loob.**"pagpigil pa ng isang pulis sakin nung sinubukang kong pumasok sa loob

"**May titignan lang ho ako.**"kinalma ko yung boses ko sa kanya

I don't want to get involve with someone who's in uniform.

"**Ms. Brights?why are you here.**"tanong pa ng prof namin.

"**I have something to look,Prof.**"simpleng sagot ko pa sa kanya

"**Lia?**"tawag pa ng isang pamilyar na boses sakin

"**Tito?**"tugon ko pa tsaka ako lumapit sa kanya. "**Ikaw pala yung naka assign dito?**"

He's Maven Auxhille,Younger brother ni Mommy. He's also part of the organization.

To be safe called with...he's our asset.(I guess?)

"**Lia,Look at this.**"tugon pa nito tsaka siya may binigay na isang pirasong papel. "**It's address to you.**"tsaka ko naman tinanggap at agad binuksan at binasa

"**Helliahvanarisha Cullen Brights. Anong pakiramdam na makitang duguan ang mga kaibigan mo?Kasi sakin sobrang sakit yung sakit na pwede lang pumatay sa isang iglap lang?You killed a girl who makes me happy everyday. Time for payback.**"

-DGK-

"**Tito?**"tawag ko pa dito

"**Let me handle things from here,Lia. You should go back to your friends and protect them at all cost. Don't leave them. Don't take off your eyes at them. The enemy might near with us or just lurking around. Just..just be careful,do you understand me,Lia?**"sabi pa nito habang hawak-hawak niya yung magkabilang braso ko

"Yes Tito. Thank you."walang emosyong sambit ko tsaka na ako umalis at bumalik sa hospital

"**Alam ko na kung sino ang may gawa ng madugong insidenteng 'to.**"pagbalita ko pa sa dalawa na nasa lobby parin

"**Who?**"tanong pa ni Monica

"**DGK. They want us to payback for killing Cendy and Maricar.**"simpleng sagot ko pa sa kanya at pinakita ko Naman sakanila yung papel na binigay sakin ni Tito Maven kanina

"**Payback?wait up, how did they know that it was us who killed the two?**"takang tanong pa ni Jelliane

"**BLK lang naman yung nakalagay. Wala naman tayong nilagay na mga totoong pangalan natin,diba?**"pagtataka pa ni Jellianne

She's right. Like how? we finish things clearly. Clearly. *We didn't put our real names. At pano niya nalaman na miyembro ako ng BLK?*

"That's the big question for us. I don't know. But for now, I need to take these matters."*aniya ko pa sa dalawa*

"Take this matters? by who? you? the fuck, Hell. We all know that you're not thinking straight things right now. At this point, you might end up killing the innocents, too. So, chill down for a minute and let's think this thoroughly."*pasinghal pang sabi ni Monica sakin*

"That's what I'm capable, Nica. If I think straightly, I can't think. So, let me do my *own* ways, okay?!"*inis kong sabi dito*

"Where's the logic of that?"*tsaka niya ako binatukan.*

"Hey stop it. DGK is not our problem here."*pag awat pa ni Jelliane samin*

"What do you mean with that?"*takang tanong ko pa sa kanya*

"May gustong sumikat. DS o Deadly Silent"*sagot pa nito tsaka niya pinakita yung laptop niya*

"DS? I think I heard that name before"*biglang tugon pa ni Monica*

"What kind of group are they?"*nakakunot ko pang tanong sa kanya*

"They're not rookie and they're that professionals. Just the average killings."*simpleng sabi pa niya*

"Just the average? That's still low profile for me. Don't mind them. Sasapaw lang yan."*tanging saad ko lang sa dalawa*

DS? WHO THE HELL ARE THEY?!

"Well, I guess things are gone explode with a colorful fireworks in the night sky.'*masayang tugon pa ni Jelliane*

"I guess?"

Wait. Did she just say fireworks?

-After few days-

Habang naka upo ako sa gilid ng bed ni Hannah ay biglang pumasok sina Monica at Jelliane

"Hell?take a look at these news."sabay pakita sa isang news

"Oh?Anong meron sa DS na gunggung na yan?""tanong ko pa

"They're started attacking the students from our school,Hell."sagot pa ni Monica

"Papansin talaga no? if they want attention I can give them that."saad ko pa

"We have something to tell you"dagdag pa ni Jelliane

"What?"

"We have a bit clue about the DGK."paunang sabi pa nito

"Clue? like what?"tanong ko pa tsaka ko binalatan yung orange na dala ko kanina

"Isang miyembro ng DGk ay sa Stanlyneir University nag aaral."balita pa nito

"Stanlyneir?Diba dun tayo nag aaral?"lutang ko pang tanong

"Malamang! Nabagok ba 'yang ulo mo?"pilosopong sagot pa ni Monica

"I want to have fun,wanna do it?"i ask them about something and they easily get it.

"Let's do it??"

Chapter 9:

-Stanlynier University-

"Guys?Yung BGK may pinatay na naman sila."

"Really?where?"

"Diko alam basta biglang nag trending ang larawan na'to."

"Patingin nga,...hala napaka brutal naman niyan."

"Diba?parang walang mga puso."

"Dapat maparusahan yang BLK na 'yan."

"Tama ka dapat parusahan, dapat binalik talaga yung death penalty."

"Tama, Tama."

"Tsk. Tatlong studyante lang naman yung pinatay namin,trending agad?"nakangiting ani ko pa sa sarili ko

"What if yung DGK at BLK ay magsagupaan?"tanong pa ni Hannah

Matagal nang nakalabas sina Hannah at Stephanny sa hospital,okay na ang kanilang mga sugat. Mahapdi lang daw. Sa dami ba namang tahi ang tinahi

"Simple. World war 3 ang ganap."sabay tawang sagot pa ni Stephanny

"What if magkabangga ang tatlong grupo?"

"Tatlong grupo?sino?"

"Tanga! Yung DGK vs BLK vs DS."

"Sigurado ako gulo ang bubungad satin."

"Sigurado ako."

"Girls?Pano pagnangyari ang sinabi nila?"tanong pa ni Jellianne

"Edi maganda! Mas marami mas Masaya."simpleng sabi ko sa kanya tsaka na ako ngumiti. "**Ika nga nila,the more the merrier.**"

"**Are you being possessed with the devil,Hell?**"natatawang tanong pa ni Monica

"**Why?**"nakakunot ko pang tanong dito

"**Your smiling like you're being possessed by seven devils.**"then she rolled her eyes

@Fantinum Place

"**Girls?Napansin niyo ba si Demon this past few days?**"patanong ko pa sa kanila

"**Medyo?why,Hell?**"saad pa ni Jellianne

"**Ang weird niya,sobra. Lalo na kapag kasama niya si Kirby, Christian,Davies at Xenos.**"sambit ko pa sa apat

"**Paano mo naman nasabi?**"takang tanong pa ni Hannah

"**This past few days si Demon at ang apat na lalaki ,nung time na dumaan ako sa gitna nila,may narinig ako.**"sambit ko pa

"**Ano?Ano ang narinig mo?**"curious pang tanong ni Stephanny

"**Hmm..sabi ni Kirby na *magiging madugo at matagumpay ang ating susunod na Gabi mga brad*. Well, I'm sure pero yan yung dinig ko.**"sagot ko pa sa kanila tsaka ko kinuha yung ice cream ko

"**Hmmpt!.**"Hannah

"**By the way, Monica and Stephanny pakimanman sila. Tapos kaming dalawa ni Hannah na ang bahala sa mga babae. Habang si Jellianne is more on finding clues about DGK and DS.**"aniya ko pa dito

Kinaumagahan ay agad akong bumangon sa hinihigaan ko at lumabas na ako ng kwarto ko para maligo.

"**Bunso?Bilisan mo na diyan. Baka malate kapa.**"anang saad pa ni Kuya Harry

"**Opo Kuya.**"

Kaya binilisan ko nalang ang pagliligo ko para di na raw ako malate. Nang matapos akong maligo ay agad akong bumalik sa kwarto ko para magbihis.

My favorite part of the day.

"Which one is better this red or this dark red?" tanong ko pa sa harapan ng salamin habang bitbit yung dalawang damit

"Hmm…This dark red nalang." sambit ko pa tsaka ko na binalik yung isang damit sa kabinet ko

It was oversized dark red t shirt with minimalist paint of skull. And white tattered skinny jeans. And black high heel shoes.

At agad naman akong bumaba at nag tungo na nga ako sa kusina kung san ko nadatnan sina Kuya Harry at Kuya Handrico na kumakain.

"So?Why are you not wearing your uniform?" takang tanong pa ni Kuya Harry

"Ayaw ko. Napaka init, sobra. Tapos napakapangit pa ng uniform just like the principal's face." sagot ko pa dito

"Helliahvanarisha Brights. Wag Kang sumagot ng ganyan." galit pang sabi ni Kuya Harry

"Chill down dude. Wag mong pagalitan ang prinsesa natin." pagtanggol pa ni Kuya Handrico sakin then she play with my hair

"Pasensya na Bunso. Patawarin mo si kuya." then he kiss me in my forehead

"Okay lang Kuya wag kalang palaging galit di kanaman pinaglihi ni Mommy sa angry birds. 'lam mo 'pag patuloy kang galit di kana magkakajowa niyan. Sige ka." pagbibiro ko pa dito

"Helliah?!" tawag pa niya sabay bigay sakin ng masamang tingin

"hehehe. Nagbibiro lang eh." natatawang ani ko pa dito. **"Kuya Handrico oh."** sabay sumbong ko pa

"Hayaan mo na yan bunso,tatandang binata yan. Di na yan magkakajowa." tumatawa pang sabi ni Kuya Handrico

"Handrico Brights! Isa kapa?!" tatayo na sana si Kuya Harry ng…

"**Bilis Bunso. Kunin mo na yung bag mo. May dragon na magbubuga ng apoy sa bahay na'to.**"sambit pa ni Kuya Handrico habang natatawa ito tsaka niya kinuha yung susi ng sasakyan

"**T-Teka lang Kuya Handrico.**"tsaka ko na agad kinuha yung bag ko na nilagay ko sa sofa. At lumabas na kaming dalawa ni Kuya Handrico sa bahay at dumiritso sa sasakyan niya tsaka pumasok na sa loob

"**Bye,Bye Kuya Harry. I love you. Mahal na Mahal kita kahit di kana magkakajowa. Mwah!**"saad ko pa nang makita ko siya sa entrance door. At agad namang pinaandar ni Kuya Handrico yung sasakyan

"**Lagot ka niyan sa Pag uwi mo.**"panakot pa ni Kuya Handrico

@Stanlynier University

"**Bye Kuya Handrico. Better take care of yourself when you get home.**"tugon ko pa dito

"**Suus. Gamay na Gamay ko lang yang si Harry. hahahaha. Sege mauna na ako bunso.**"natatawang sambit pa nito tsaka na niya pinaandar ng mabilis yung sasakyan niya

"**Look, that malanding babae. Paiba iba ng lalaking humahatid sa kanya.**"anang saad pa ni Mia

"**Yeah. You're absolutely right. What a bitch. Nasa lahi na siguro nila ang pagiging malandi.**"pagsang ayon pa ni Stacy

I should've killed them

"**You can tell me about it. She's really a flirt.**"dagdag pa ni Angelica

"**You done?Kasi ako naman ang magsasalita. First of all, mga inggetera kasi kayo. Abandoned daughters by their own parents. Second, I'm not malandi like Cendy and Maricar. Third, They're all my brothers. Napaka chismosa niyo. Yuck! Get a fucking life,mga babaeng ginawang drawing book ang mukha!**"mataray ko pang sabi sa tatlo

"**Ang kapal ng pagmumukha mo ah!**"aakma na sana akong sampalin ni Mia pero hinarangan ko yung kamay niya

"**At least not made by foundation or cream just like that bitch face of yours.**"tsaka ko siya sinampal ng malakas. "**Subukan mong ilagay yang kamay mo sa mukha ko, at isusunod talaga kina Cendy at Maricar sa hukay."saad ko pa sa kanya nang matumba ito sa sahig

"Y-You're a freak!?"inis pa nitong sabi sakin

"Take a look quick in the mirror,Mia di na pantay yung make up mo. Para ka namang di nag grade 2 para di pantayin yung kulay."pag aasar ko pa sa kanya tsaka ako ngumiti nung kinuha niya yung salamin niya sa bulsa niya at tinignan ang sarili

"You're really a bitch!?"sigaw pa nito

"I guess,I am."tsaka ko na siya tinalikuran

-Classroom-

"Oh?Demon,Buhay ka pa palang hinayupak ka. 'kala ko pa naman may lamay na kaming pupuntahan."pagbibiro ko pa dito at sinakyan niya naman yung biro ko

"Lamay?Ha! Baka mauna pa nga yung sarili mong lamay keysa sakin."nakangiting sabi pa nito at bigla namang sumulpot yung isang higad na si Danica.

"Hey! Don't freely talk with Demon with that trash word of yours,Wingless."naiiritang ani pa ni Danica

Wingless?

"Paki mo ba?Ano kaba ni Demon?Aso?isang tawag niya lang sa'yo,nandun kana?Isang buto lang ang binigay,amo mo na agad?Yuck!"pang iinsulto ko pa sa kanya

"Aba't ang kapal naman ng Muk-"sasampalin niya sana ako ng biglang hinawakan yung braso ni Danica ni Monica

"Kung ako sa'yo human dog, I'd be better think twice before slapping someone's face."kalmadong sabi pa niya at binigyan niya ng malakas na sampal si Danica

Di naman ako updated na slap day pala ngayun.

"How dare you to sampal my frenny?"conyong saad pa ni Sheen

Isa pa'tong conyong hampas lupa.

"Oh? You're jealous,Want some slap,from me?"tsaka ko naman siya sinampal at matumba Naman siya sa sahig at tumama pa nga yung ulo niya sa upuan

"Stop that girls."kalmadong ani pa ni Regent

"What if ayoko?what will you do?"taas kilay ko pang sabi dito

"Alam mo-"

"Hindi! At walang akong balak malaman 'pag galing sa bunganga mong nabubulok ang sasabihin."inunahan ko na siyang magsalita

"Putcha, Helliahvanarisha Brights, Tatahimik ka o mamamatay ka dito ngayun?!"kalmado parin niyang sabi

That's sweet.

"Bakit kaya mo bang pumatay sa harap ng Kaklase natin?hm?"taas kilay ko pang tanong dito at napatingin naman siya sa paligid. "If you can do it. Do it now,Regent Jacob Drawn."

"Mr. Drawn, Ms. Brights, Ms Gynsreamin,Mr. Leverick, Ms. Del and Ms. Callix, at my office. Right Now?!"anang saad pa ng principal nang makapasok ito sa classroom

Tsk! Epal pa'tong magandang kinulang sa buhok.

@Principal's Office

"Kayong anim,Ba't ba kayo nag aaway?para kayong mga bata."tanong pa nito

"Ikaw?Ba't ka nagtatanong?"pamimilosopo ko pa

"Ms. Brights,Mind your words. I'm the principal here not a student."sabay tingin ng masama sakin

Kalbong masamang tumingin. Ano ka,kalaban ng angry birds?

"Not my fault."

"Ganito po kasi yan. Si Helliahvana po ang nauna. He bad-mouth Demon."sagot pa ni Danica

Well, thank you

"Ay weh?talaga ba girl?edi sana pina billboard mo. Lagay mo sa billboard mo na 'Helliahvanarisha is badmouthing Demon.' ay di mo pala afford yung bayad. My bad."natatawang sabi ko sa kanya at tumawa din si Monica sa sinabi ko

"Ms.Bights! I'm giving you a first warning!"naiinis pa nitong sabi

"Kahit ilang warning pa yan wala akong paki-alam,Kalbo."then I rolled my eyes at him

"Okay…this time Im-"

"Shh! Shut the hell up."pagputol ko pa sa sasabihin niya ng biglang tumunog yung phone ko at yung phone ni Monica. At agad naman naming binasa

"Calling the attention of mafia members. We have an emergency meeting at 3:30pm. Especially the BLK and DRM. Be there or you'll get your death bed."basa ko pa sa mata tsaka na ako tumayo at ganun din si Monica

"Ms. Brights,Ms. Gynsreamin. Where do you think you're going?We're not yet done here."anang saad pa nung principal

"To the place where you don't exist."saad ko pa

"They're both stubborn. They won't listen at you Principal Chua."saad pa ni Regent

"That's right. We don't have a business with baldhead people like you. Well then,Bye-Bye!"tsaka na kami lumabas ng pinto

"Astig ko no?"tanong ko pa kay Monica

"Mukha kang tigang!"komento pa nito

"Be supportive,at least."

Chapter 10:

-Fantherarie-

"So here we are. All the groups is here. I guess. I overdid my text message."paunang saad pa ng board director

Yeah. Because we know that you're gonna do it.

"So first thing first. This Dark Gun Killers or also know as DGK. There leader is have an initial name with D. he's not all alone,for now. They're a big group. Their University is still unknown. Whether they go study or just lurking around."dagdag pa nito

What's the point of this freaking meeting?geez.

"Let me get straight to point,Members. DGK is the type of people who would kill for fun. So, I want you to be more attentive and cautious with the surroundings. *Especially,* BLK. you understand?"sabi pa nito sabay turo sa kinauupuan namin

"Huh?Wait up. Why the hell you always treat us like a kid,huh?The fuck?! We're not kids!? For glory sake, Director Kim?!"inis ko pang saad dito at halos mapatayo na ako sa kinauupuan ko

"Helliahvanarisha Cullen Brights. Your words, please."malamig pang sabi ni Kuya Harry. Then he look with his cold eyes,too

I'm dead. Mas maigi sigurong mag order ako online ng sarili kong kabaong. Baka may discount pa.

DRM o Death Row Mask is the group name where my older brothers belongs to. Kuya Harry, Kuya Handrico,Kuya Leo,Kuya Uno, Kuya Amber and Kuya Ken. They're all members in DRM the unmask killers night.

Given by the phrase name,sa Gabi lang talaga sila pumapatay. Night owl.

"And I would like to have suggestion. I want Amberleix and Kenny. To be the BLK look out."biglang sabi pa ni Kuya Handrico

Guess, I don't have choice then. He make his words. I'm going to call the st. peter. That's it.

"As for Deadly Silent or DS. I think you girls can pretty guess the Initial name. Which is R. he might be your classmate or schoolmate." dagdag pa nito

Well I have gut guess, of who he is. This is pretty much Information. Following your own intuition is exciting that guessing nothing.

"Wait. R? But how can you sure about that?" takang tanong pa ni Jellianne

"We did our research. He study in Stanlyneir university where you girls study." sagot pa nito tsaka may lumabas sa screen na parang body hologram but itim lang

"Hm? Three leaders in the same university might be amusing." sabi ko pa sa sarili ko

"What do you mean three leaders in the same university? are you half sleep or deaf? The other D is still unknown, You Lunatic?!" saad pa ni Monica tsaka niya ako binatukan nang malakas

"Aray ah? Malay mo naman diba na si Mr D ay nag aaral sa University kung saan tayo nag aaral, Isn't it exciting? Aren't you guys excited?" then all of them had their face palm

"Hm? What's wrong?"

"I don't know why we become best friends. If you're idiot and stupid at the same time." anang saad pa ni Jellianne

"Because I'm much pretty and I was born to be perfect. I'm perfect. Perfectly perfect. And I thank you."

At tumawa naman yung ibang members from different groups.

"Is she really Brights?" pagdududa pang tanong ni Kuya Ken

"Adopted maybe? She's different from her two older brothers." anang saad pa ni Amber sabay tingin sa dalawang Kuya ko na nakakunot na ang mga noo at parang pinasan pa ang lahat ng problema sa buong mundo

What now?

"Itong si Harry parang binagsakan ng galit ng mundo habang 'tong si Handrico dimo maipaliwanag kung anong bumagsak sa kanya. Langit ba o impyerno."natatawang saad pa ni Kuya Ken

silang dalawa lang talaga yung nakakapagbiro ng ganyan sa dalawang Kuya ko

Well sometimes,ganyan din sila Kuya Leo and Kuya Uno. But Kuya Ken and Kuya Amber build different.

-Brights House-

"Diko nagustuhan yung inasal mo kanina, Helliahvanarisha Cullen Brights."biglang salita pa ni Kuya Harry nang makapasok kami sa sala

I knew it. Di pa dumadating yung inorder kong St. Petter.

"Helliah!"tawag pa ni Kuya Handrico sakin

I might really dead this time. Nung huling binanggit ni kuya Harry yung buong pangalan ko ay nung mga maliliit palang kami. Pinarusahan niya ako. Parusang halos kamatayan na. Why?it's simple sinira ko yung built in house niya na ginawa niya for almost one year.

"K-Kuya?It's just my thoughts. I mean, you guys always treat us like a baby or kids. It's pretty annoying in our ears to hear off. We know that you're all worried but we grow up. We can fight. We can protect ourselves. So I want you to stop treating like kids,Already. I'm basically 17?!"medyo naiinis ko pang sabi

"Watch your words,Little one. If you don't want any bloodshed this night."madiin pang sabi ni Kuya Harry

He's mad. But why the hell he's mad about?

"Yan! Diyan ka magaling sa duguang away?! You're genius when it comes to killings! You don't freaking care about me!?"sigaw ko pa dito at sasampalin na niya sana ako ng biglang pumagitna si Kuya Handrico samin

"Chill out bro. She's still our sister."kalmadong sabi pa ni Kuya

"See?This is part of your protection, too?slapping your sister? You're the worst brother to be existed!I wish you didn't bother to save be back then! I wish I'm dead right now! I hate you. Both of you?! I really fucking *hate* the hell out of you?!" sigaw ko pa sa kanya tsaka na tumulo yung luha ko at nakita ko naman sa mukha ni Kuya Harry ang pagkabigla

"**H-Helliah?**" tawag pa ni Kuya Harry

"**SHUT UP!? DON'T TALK TO ME! YOU FUCKING FEBBLEMINDED IMBECILES?!**" Tsaka ako umalis sa harapan nila at sinipa yung malaking vase at nabasag ko siya. Out of anger binasag ko rin yung glass table namin.

"**Bunso?**" rinig ko pang tawag ni Kuya Handrico nang umakyat ako sa kwarto ko

"**Damn him!?**" saad ko pa tsaka ko ni lock yung pinto ng kwarto ko at humiga na ako sa kama

Anyone is happy being treated like a kid but for me?it disgust me! This fucking shit!

I want free life not overly protections

Ilang oras na akong nakahiga pero di parin ako dinadalaw ng antok. Kaya lumabas nalang ako ng kwarto ko at sakto namang wala yung dalawang OA kong Kuya.

Kaya lumabas agad ako ng bahay Kahit madaling araw at agad nagtungo sa fantinum.

Chapter 11:

-Fantinum Place-

"**I guess I'm gonna sleep here for awhile. Away from *them*.**"saad ko pa sa sarili ko

-Kinabukasan-

Agad akong bumangon,sakto saturday ngayun walang pasok kaya sigurado akong pupunta dito yung apat.

-Five hours later-

"**Oy. Hell, why aren't you answering your phone?**"bungad pang tanong ni Stephanny

"**The battery shut down. I didn't bring the charger with me.**"simpleng sagot ko pa dito

"**Okay?...pero ba't tumatawag samin yung mga Kuya mo?what happened?**"tanong pa nito

Damn them. Involving my girls.

"**Got some trouble. Well, you can pretty much guess the reason. Kuya Harry raised his voice at me muntik pa niya akong masampal but Kuya Handrico stop him.**"walang ganang sagot ko pa sa kanya

/Gasp/ Jellianne and Hannah

"**It's okay. They'll just love you.**"saad pa ni Monica

Beep-Beep-Beep

"**Ako na ang titingin.**"sabing saad pa ni Hannah tsaka lumabas

I'm tired crying.

"**Hell, you have visitors.**"tugon pa ni Hannah at nagpakita naman yung dalawa Kong Kuya na may dalang chocolate cakes at mga drinks na paborito ko

"**Hm?Ba't kayo nandito?**"malamig ko pang tanong sa kanila

"Alis muna kami ah?Bye."saad pa ni Jellianne tsaka sila lumabas

"I've been so worried about you, since last night. Di na nga ako makatulog kakaisip kung sang lupalop ka napadpad."sabi pa ni Kuya Harry sabay lagay sa mesa yung mga dala niya

"So?nandito kalang para manumbat?well then,get out. I don't want to see your face."tugon ko pa sabay turo sa pintuan

"Sis, please listen to me. Look, I didn't mean to raised my voice last night. And I'm sorry for that. I'm-I'm just scared that we might lost you like how we lost our parents."saad pa nito tsaka lumuhod sa harapan ko

Huh?

"I'm really glad that Handrico stop me from slapping you. If he didn't. I don't know what to do anymore. Even the mosquito,I won't allow them to bite you. So please forgive me. Forgive me,Little sis."pagmamakaawa pa nito then he holds my hand

Well, he's right. Di niya ako pinadapuan ng lamok. OA na kung OA ba't Kuya Harry would literally blame himself 'pag nakagat ako ng lamok.

(Di ko alam kung san niya naman yung pagiging OA, di naman OA Sina Mommy at Daddy)

"Sorry,Please forgive us."sabay pa nilang saad

"Ang dami niyong drama. You want Oscar awards?"tsaka ako ngumiti.

"We both decided to stop treating you like a kid. We're just little minded. Let's eat?"saad pa ni Kuya Handrico. "**Girls, Come on out. Alam kong nakikinig lang kayo diyan.**"

"Itong si Kuya Handrico naman eh."anang saad pa ni Jellianne

-After eating-

"I think we have a perfect timing."tinig ng isang lalaking na nanggagaling sa pintuan at pumasok agad sa loob

"S-Sino kayo?"utal ko pang tanong sa kanila

They're wearing black and white mask

"**Our victims don't need to know their killers identity,Ms. Brights.**"sagot pa ng isang pamilyar na boses

"**Hey! You know me?How?**"tanong ko pa dito

"**Kilala ko kayong lahat. Three Brights. One Grenial, one Lim, one Sy. And one Gynsreamin.**"sambit pa niya habang isa isa niya kaming pinagtuturo

"**Ibaba mo yang baril mo,Ms. Gynsreamin.**"sambit pa niya nang makita niya si Monica na hawak ang baril at bigla namang kinuha ni Kuya Harry ang baril ni Monica at binaril yung isang naka black and white mask

At nagkaputukan nga sila Kuya Harry kasama si Kuya Handrico. Habang kaming Lima naman dun sa ibang naka black and white mask.

"**DS?**"gulat ko pang sabi sa sarili ko nang makita ko yung tattoo nila sa kamay

"**Mga DS kayo?that rookie?**"inis ko pang sambit dito

"**Eepal talaga kayo no? Gusto niyo ba ng attention? Di ba kayo nabigyan ng attention ng sarili niyong mga magulang?**"i provoke them

I mean,yeah?

"**Stop murmuring nonsense, Brights?!**"sigaw pa nung isa puputok na sana siya pero inunahan ko na.

"**Hell?!ilaaag?!**"dinig ko pang sigaw ni Hannah pero...

Bang-Bang

"**Arrgh?!**"daing ko pa nang matamaan ako ng baril sa tiyan ko at sa paa ko

"**HOW DARE YOU?!**"galit pang sigaw ni Kuya Handrico tsaka niya binaril yung bumaril sakin pero mabilis itong nakalabas at tumakbo papalayo. at sinundan niya naman ito hanggang sa labas

"**FUCK THIS SHIT?!**"sigaw pa nito nung makabalik sa agad

Isa lang ang nakatakas at yun yung taong bumaril sakin,habang yung mga kasamahan niya ay bulagta na. Patay na at naliligo na sa sariling mga dugo.

The place was high security but...Pano?Pano sila nakalusot sa check point?

"**Jellianne?**"tawag ko pa kay Jellianne na ngayu'y duguan din her body didn't move

"**J-Jellianne?**"nauutal ko pang sambit sa pangalan niya habang namimilipit na ako sa sakit na natamo ko

"**Stop moving,Hell!**"suway pa ni Monica sakin nang pinilit ko yung sarili ko na lapitan si Jellianne

"**Just fucking calm down,dude!**"Pag awat pa ni Kuya Harry kay Kuya Handrico

"**B-But..Monica.. J-Jellianne..she's-she's not moving.**"sabi ko pa dito tsaka mabilis na lumapit si Kuya Harry kay Jellianne

"**Jellianne?Jellianne?Wake up.**"paggising pa ni Kuya Harry sa kanya

But she's not moving at all.

"**Let's get to the hospital right away. Monica,can you drive?**"tanong pa ni Kuya Harry

"**O-Opo kuya.**"saad pa ni Monica

"**Ako na kay Jellianne. Lumabas na kayo.**"malamig pang sabi ni Kuya tsaka niya binuhat si Jellianne na duguan

Jell...

"**N-Nica. I-I can't...**"saad ko pa

"**No! Don't sleep yet. Please I'm begging you.**"sabi pa ni Monica tsaka kami pumasok sa sasakyan nila Kuya

"**Monica please. Dalian mo. Kahit mag over speeding kapa. Paki usap. Buhay nila Jellianne at Helliah ang naka salalay!**"parang naiiyak pang aniya ni Kuya Handrico kay Monica while he's holding my hands.

At agad namang pinaandar yung sasakyan niya nang makapasok na lahat

"**Jellianne?Hell. Paki usap lumaban kayo.**"pagmakakawa pa ni Hannah habang hawak niya yung kamay namin ni Jellianne.

"**Hmm. L-Let me c-close my e-eyes…for..a-a minute.**"nahihirapan ko pang sabi at hinigpitan naman ni Hannah yung pagkahawak niya sa kamay ko

"*Anak?anak?our baby girl?*"

Ang boses na 'yon.

"*Mom?Dad? Namiss ko kayong dalawa.*"tsaka ko sila niyakap nang mahigpit

"*Am I already dead?Kung oo, I'm willing to come with you. Take me with you Mom. Dad.*"

"*We're afraid, that we can't. You're not dead yet. Your body is still recovering. If ever you come with us. How about your brothers?and friends? they'll like regretting about what happened.*"sabi pa ni Mommy

"*But Mom. I'm tired. I can't even give you guys a proper justice. And now, we're facing two different groups. I don't know what to do anymore.*"malungkot ko pang sabi sa kanya but mom just giggle

"*What's wrong mom?*"

"*Hm?Nothing. We all know that you are strong enough to get what you want. But for now. Stay alive and live with your friends and brothers.*"saad pa nito then they hug me an kiss me in my forehead

"**U-Uh.**"daing ko pa

"**Bunso? Buti nalang at nagising kana.**"masayang saad pa ni Kuya Harry

"**K-Kuya? Jellianne…where's Jellianne?Is-Is she okay?**"Tanong ko pa dito

"**She's okay but…she's not awake. The doctor said it's all up to her whether she wake up or not.**"pagbalita pa niya sakin

"**N-No. She needs to- Argh!**"daing ko pa nang tatayo na sana ako pero biglang sumakit yung sugat ko sa tiyan

"**Stay still.**"

"**But Kuya,si Jellianne. I need to go see her. I don't want to lost her.**"halos mangiyak ngiyak ko pang sabi dito

"You can visit her, but not now. You can even barely move. So please. please take a rest,Bunso."he's begging while holding my hands

-After One Week-

Isang linggo na ang lumipas pero hanggang ngayun di parin nagigising si Jellianne.

Nandito ako ngayun sa harapan ng room niya tinitignan siya habang mahimbing na natutulog. Maraming aparatos ang nakalagay sa kanya.

"Jell?Please wake up. I'm begging you. Please."pagmamakaawa ko pa

"Hell?You need to take a rest."saad pa ni Monica sakin nang makita niya ako

"Nica...Si Jellianne...she's not waking up. She's not even moving."tsaka na ako umiyak sa harapan niya

"Let her take a good sleep for now,Hell. I'm sure. She'll wake up the day after."pagpatahan pa niya "Let's go back to your room?"tsaka niya ako inalalayan pabalik sa kwarto ko

Please Jell.

"Ba't busy yung mga doctor?"takang tanong ko pa nung magising ako tsaka ako tumayo at nagtungo sa pintuan

"ROOM 34,the patient is breathing abnormally!"dinig ko pang sabi nung isang doctora habang tumatakbo ito

Room 34?wait...that's...

Kaya di na ako nagdalawang isip agad naman akong lumabas at dali daling nagtungo sa room ni Jellianne.

"Hell?"gulat pang sabi ni Hannah sakin."you-you shouldn't be here."dagdag pa nito

"NO! J-Just what happened to Jellianne?Bakit maraming doctor ang nakapaligid sa kanya?Hannah?!"tanong ko pa dito

But she didn't give me a answer. She remain silent.

After few minutes. Lumabas na yung doctor na nag aasikaso kay Jellianne

But her face is making…

"Doc,How's my friend?Is she okay?"hinihingal ko pang tanong dito

"I'm sorry to tell you this. But she didn't make it."pagkasabi pa niya ay para bang binuhusan ako ng napakalamig na tubig. Parang bang ilang kilong ice ang binuhos sakin.

"Hell?"

"No way?! You need you save her?! You need to save her?! That's your job right?saving people?! Why can't you save her!?J-Just save her."mangiyak ngiyak ko pang sigaw sa kanya habang hinahawakan ko yung uniform niya

"I c-can pay you many millions. J-Just save my friends life. I-I begging you. Doc,p-please save her. Don't take her away from….me."saad ko pa dito tsaka na ako napaluhod

"We can't revive the dead, Ma'am. We're sorry about it. If you'll excuse me."tsaka na siya umalis at agad akong tumakbo papasok sa loob

"Jell?Jellianne?please wake up. You said,you said you'll never leave me. Please wake up!I'm begging you. Jellianne?!"pagmamakaawa ko pa sa katawan ni Jellianne but her body is all cold and her skin is too pale for a human, her lips becomes violet

"Hell…. Jellianne?!"tugon pa ni Monica

"Hannah? what happened?"gulat pang tanong ni Stephanny

"J-Jellianne…sh-she..she died. Jellianne died,She died."umiiyak pang sagot ni Hannah

"This can't be!"anang saad pa ni Kuya Harry

"Jellianne?please wake up. Jellianne?"rinig ko pang sabi ni Kuya Harry dito

"I'm gonna make them pay for it!"Walang emosiyong sabi ko pa "Magbabayad ang dapat magbabayad." dagdag ko pa habang yakap yakap ko pa yung malamig na katawan ni Jellianne

Chapter 12:

-One Month Later-

The pain I feel when I lost my parents is the same pain I feel when I lost Jellianne.

DS. I swear. I'm gonna kill you all!

"Uhm Hell?Earth to Hell?Yahoo?"rinig ko pang sabi ni Monica

"**Geez. I've been talking here. And I thought your listening to me.**"saad pa nito

"**Sorry.**"

"**We have a details about the DGK.**"tsaka niya binigay sakin ang isang portfolio

"**He's the leader.**"anang saad pa ni Hannah

Everyone changed since Jellianne past away. Harry lock himself in a room for some reaserch and Handrico keeps managing the Fantherarie with the groups.

As for us, We still keep digging the info about this mother fucker jerk DS!

"**HAAAA!?!itong demonyong to ang leader ng DGK?**"Sigaw ko pa sa kanila nang makita ko kung sino ang leader ng DGK

"**Itong unggoy na'to ang leader?Well,it's not like I expect. But how?**"

The leader?No other one. The demonyong unggoy ay Este. Demon Asthro Leverick

"**Bwisit kang demonyong unggoy ka?! kilalanin mo ang binangga mo?!**"saad ko pa sa sarili ko. "**Yang demonyong unggoy na 'yan! kaya pala pawala wala yan.**"

Kaya agad ko namang tinawagan yung kapatid ko na si Kuya Handrico. I can't call Kuya Harry right now.

"Hello my lovely brother?Alam na namin kung sino ang leader ng DGK."paunang sabi ko pa nung sinagot niya yung tawag

"How did you know?"

"Monica and Hannah, they both give me the details."sagot ko pa dito "well, you do deserve to know the truth. He's one of our classmates. And yes. I'm going for him."

"No, you can't! Stop thinking intrusive thoughts. Will you?"rinig ko pang sabi niya sa kabilang linya

"I haven't thought about that. I'm just going there to talk things with."saad ko pa tsaka ko binaba yung tawag

"So?Where are you going?"tanong pa ni Monica sakin

"I need fix things."simpleng sagot ko pa

"Fix things,My ass. I know that you're not going there to talk things with,Hell."anang saad pa ni Monica

Is she my motherly-friend? Or something?

"Oh come on, I meant my words,Monica. I swear."then I smirk at her

"This dumb-girl."then she face palm

"Bye!Bye!"

"Wait up! Do you even know the place?" tanong ni Monica dahilan para mapatigil ako

Crap!

"No?I'm just following my guts or perseverance or whatever it is."giit ko pa tsaka niya ako binatukan ng malakas

"I think I regret my decision back then for making you our leader."saad pa niya

"Monica,Look I know wher- ARAY?!"reklamo ko pa nang biglang may bumato at natamaan yung noo ko at agad namang tumingin si Hannah sa bintana at ganun din Monica

"Fucker shit! Ang sakit nun ah?"tsaka ko pinulot yung binato at binuksan

"What's that?"takang tanong pa ni Hannah

"Aba malay ko ba?"pilosopo ko pang sagot sa kanya at binatukan niya ako "aray ah?"

"Give me that. Let me read it."tsaka inagaw sakin yung papel at binuksan

"BLK SORRY KUNG MAY NATAMAAN KAPAG BINATO KO 'TO. SA BAGAY TA-TANGA-TANGA NAMAN YUNG MATATAMAAN. ALAM NAMIN NA ALAM NIYO KUNG SINO KAMI. YOU KNOW THE IDENTITY OF DGK,RIGHT? BA'T DI NATIN TIGNAN ANG TAPANG NIYO. BLK LABAN SA DGK. TIGNAN NATIN KUNG SAN AABOT YANG GALING NIYO. HELL, MAGKITA TAYO SA LUGAR NA IYON."

rinig pa naming basa ni Monica

"Lugar na iyon? Alam mo ba 'to,Hell?You know that place?"takang tanong pa ni Hannah

Lugar na iyon?don't tell me…

"I think I know the place. Thaaat fuckingggg peasaaaaant!?!"sigaw ko pa tsaka ko aksidenteng nasuntok yung glass table,kaya ayun basag at duguan ang kamay

"HELL?!"gulat pang sigaw ni Monica

"You idiot! Are you out of your shitty mind?or do you even have mind?"saad pa ni Hannah tsaka niya ako sinampal

"Ba't ka nananampal,huh?!"inis ko pang tanong sa kanya

"Para kumalma kang hinayupak ka?!"pasigaw din niyang sagot

"Edi sorry."nakangusong sabi ko pa sa kanya sabay taas ng isang kilay ko

@That said place

Alam niyo kung sang lugar?dun lang naman kung saan sumama sina Kuya Leo at Kuya Uno nung nag field trip kami,at to be specific place, nandito kami sa lugar kung saan ako dinala ng lalaking demonyong unggoy during *that* night.

"Demonyong unggoy?! Lumabas kanang hinayupak pa?! Tangina mo?! Maraming kapang atraso saking putangina ka?!"pagsisigaw ko pa sa kadiliman

Kasama ko yung tatlo. Pagbibigyan namin yung hiling niya. Ang gabing pula pa kaysa sa la luna.

Saktong-sakto ang gabing 'to.

"Pipe down my lovely dear. Magkaka crinkles ka niyan."

That crackling voice.

"To think that the leader of DGK is my very own classmates. Is it magnificent?"saad ko pa habang nakangiti

"That's right. Well played. We perfectly play our ace,Hell."saad pa ni Demon

Tsk! Can I kill him right now?like right now?

"Well played?HaHaHa!Don't make me laugh, My love,Demon."panimula ko pa. "We're not that dumb. We already noticed it long ago. First, After killing Maricar and Cendy. And I've thinking that I saw something *that* tattoo. And it's too familiar with me. Second,dumaan ako sa harapan niyo and here I thought that misheard it. Pero mali. You really mean your words. And lastly, when you attack Hannah and Jellianne while they're in the bathroom. Looks like familiar. Then, I put all my deductions in one place. And after confirming that you are the leader of DGK. things are already computed."mahaba habang sabi ko pa sa kanya at lumabas naman yung mga kaibigan niya

Chapter 13:

"**You've got it all right. So why didn't you attack first, while we're all still at that disadvantage?**"then he smirk while asking that question

"**Well, striking the opponent with disadvantage movement is a shame. We play square fair.**"kampanteng sagot ko pa sa kanya

"**Eh? That's unlikely you. Why? are you scared? Ow? Speaking of Attack, Jellianne. That one friends of yours. Is she already dead, right?**"natatawang tanong pa ni Kirby

"**How dare you?!**"and Hannah lost her cool she start firing her own gun and everyone is scattered.

"**Hell...let's play *our* night, tonight.**"nakangiting sabi pa ni Demon nang sinundan niya ako

"**The hell? it's *my* night, you Lunatic freak?!**"at agad din akong nagpaputok ng baril ko

"**Let's just enjoy, Hel!**"at nagpaputok din siya at agad ko namang naiwasan

Takbo, putok, tago. We both repeating the moves.

"**Stop calling me *that*. Only my friends will call me with that name?!**"pagdidiin ko pa dito tsaka ko siya hinagisan ng smoke granade.

"**What should I call you then? Love? Honey bunch? Darling?**"pang aasar pa nito

"**Filthy pebble jerk?!**"sabi ko pa sa sarili ko habang nirereload yung baril ko. "**Tama na ang kakatago, Demon. Harapin mo'ko, HAYOP KA?!**"tsaka ako lumabas mula sa malaking puno kung saan ako nagtatago.

"**Miss me? Come on, just die then.**"dinig ko pang sabi niya

"**Lumabas kading hinayupak ka! Die? Me? Over my dead gorgeous pretty body! No?!**"tsaka ko siya hinagisan ng tatlong magkakasunod na dagger

"**Whoa! That's so close.**"sambit pa nito nang mailagan niya yung binato kong dagger sa kanya

"**That's too soft,darling. Throw something that make me *move*.**"

"*Ah! Shit! Pwes,be ready.*"

"*Hinahamon mo'ko ah!*"

"**What's wrong,Darling?Running out of ideas?Well, then it's my pleasure to give you my toys.**"then he throw something at me.

"**Huh?!**"at a moment of flash everything went black for a second

"**Hey! You alive?**"natatawang saad pa niya

He throw me his flash granade.

Kung di pa ako nakaalis,pritong tao na ako ngayun.

"**I'm not ye-**"di ko matapos yung sasabihin ko nang biglang may lumitaw mula sa likuran ko sabay tutok ng patalim sa tagiliran ko

"**Sa tingin mo makakaya mo'ko?ha! Nagkakamali ka?!**"pagkasabi ko nito ay agad kong inapakan yung paa niya at dahilan narin para masugatan yung tagiliran ko,pero at least nakawala ako mula sa kanya. At agad ko naman siyang hinarap at sinipa sa mukha niya,but he easily dodge it with his own arms.

"**That's soft.**"saad pa nito at umatras muna ako nang kaunti

The heck?just how?

Aatake na sana ako ng biglang may pumigil mula sa likuran ko (na naman)

"**Who the hell are you?if you want to join the bloody party. You are freaking welcome to join?!**"sigaw ko pa dito pero di parin ako binitawan nung taong may hawak sakin

"**Di mo na kailangan pang malaman ang detalye,Hell.**"sabi pa nito

"You third party! Let her go. Let me go! Kami yung naglalaban dito,wag kayong makisawsaw!"dinig ko pang sigaw ni Demon at dun ko nalang siya nakita na may nakahawak din sa kanya

Huh? Who the hell is plotting this freaking game?

"What if I want to join?"tanong pa nito

"Absolutely not! You're not allowed to join!"pagdidiin pa ni Demon

"Oh?But Hell. Said that I can freely join."

"No! You're just a paper thin. You don't have any place to be here in the first place!"dagdag pa ni Demon at agad namang may humampas kay Demon dahilan para mawalan siya ng malay

"DEMON?! YOU JE-?!"di ko man lang natapos yung sasabihin ko ng bigla niya akong pinukpok ng hawak hawak niyang baril

Chapter 14:

Dahan Dahan kong inimulat yung mga mata mo at iginala yung paningin sa paligid.

What the shit is this place?

Di ko malaman-laman kung bahay ba'to o trash house

"**Urrgh! Kailangan kong maka alis mula rito?!**"sabi ko pa sa sarili ko habang pinipilit kong tanggalin yung nakatali sa kamay na nasa likod ko. Both my hands and feets are tied up.

"**It's all useless. You can't escape it.**"biglang salita pa ng isang pamilyar na boses

"**Tss! Wrong timing. Buti buhay kapa!**"pang-aasar ko pa sa kanya. "**Teka nga lang, Ba't ka nandito?!**"

"**Aba! Malamang kinidnap din ako. Baka nga kakampi mo pa sila. Nagpapanggap kalang!**"pasinghal pa nitong sagot

"**Aba't tarantado ka palang deputang Gago ka?!,**"Pagmumura ko pa sa kanya. "**I don't know them. And besides I don't play foul just to fucking win. Stupido?!**"sigaw ko pa sa kanya at bigla namang bumukas yung pinto

"**Aba gising na pala yung main character sa kwento ko.**"

Wait. Parang familyar yung boses niya.

"**Teka, sino kaba?huh?**"tanong pa ni Demon sa kanya

"**Don't rush me! Im gonna re-introduce myself.**"saad pa nito

Re-introduce?

Tsaka niya dahan dahang tinanggal yung mask niya at...

"**Regent?!**"sabay pa naming sabi ni Demon

Kaya pala pamilyar yung boses niya kasi naririnig ko siya kahit saan ako magpunta

"Oh?what a nice voice to hear in my ear. I expect your reactions. Sabagay nakakagulat naman talaga na sa iisang classroom magkakaklase pa talaga yung tatlong leaders."then he smirk at us tsaka siya dahan dahang lumapit sakin at inangat yung mukha ko gamit ang baril niya

"HAYOP KA!?YOU KILLED THEM! YOU KILLED MY PARENTS?!"Galit pang sigaw ni Demon dito

"D-Demon?"pagtawag ko pa sa pangalan niya

"Ah?Yeah the Leverick couple? They're both hindrance in my plans. So I need to kill them. Isn't it I'm amazing?"tsaka ito tumayo at tumawa na para pang sumanib sa kanya ang pitong demonyo

"Ah! Hell,Mi amor. I have good news for you. Aside that I killed your friend Jerana or whatever her name is…I also killed your parents."natatawang sabi pa niya sakin

"HAYOP KA?! WALA KANG AWA?! PATI MAGULANG KO DINAMAY MO?!"sigaw ko pa dito at pilit kumawala sa pagkatali

"oops…walang awa?ha! Are you sure about that words,Brights?Coming from you?"tsaka siya tumingin kay Demon at nilapitan niya ito. "Hm?I have something more tea to spill. Demon, aren't your the one who shot Handrico,right?"

Pero sa iba lang nakatingin si Demon

"Is that your so-called *tea?* That's old. I already know."saad ko pa sa kanya. "Kung tutuusin sating tatlo na nandito, mas masahol kapa,Regent. You both killed our parents. You fucking killed them. Bakit?di kaba binigyan ng attention ng sarili mong mga magulang kaya ka naiinggit at pinatay mo yung mga magulang namin?you look so pitty,Regent. You poor boy!"pang iinsulto ko pa sa kanya at dahan dahan siyang bumalik sa gawi ko at sinapal niya ako ng malakas. Dun niya ako sinampal sa kamay niyang may hawak na baril

"Mind your words. Brights."seryosong sabi pa nito habang nagdudurugo yung bibig ko

"Why?Truth hurts,right?"dagdag ko pa

"That might be a reason. But not really. Both Leverick family and Brights family, killed all my relatives. I'm just doing a favor. A favor that needs to kill of!"aniya pa niya. "**Magbabayad ang dapat magbayad.**"tsaka siya lumabas ng pinto at sinarhan

"**Hell? You okay?**"tanong pa ni Demon

"**Heh?Worried? Don't worry. A slap with gun can't kill me.**"Walang ganang sagot ko sa kanya

/Spitting bloods/

"**Tsk!**"

"**I don't know if this is the right time to apologize things I've done. But will you hear me out the reason why I tried to kill Handrico?**"saad pa nito

"**....go ahead.**"

"**Handrico and the his groups killed my older sister back then.**"pagkasabi pa niya ay agad akong napatingin sa kanya

"**Wait! Kuya and others can't do that. Hurting girls is not even in their vocabulary!**" pagtanggol ko pa sa kanila tsaka siya nakawala sa pagkatali. "**You can untie them?**"Tanong ko pa dito

"**I can.**"

"**There might be a reason kung ba't nagawa nila kuya Yun. But I believe them. They'll never hurt a girl, Demon.**"pangungumbinsi ko pa sa kanya tsaka ito lumapit sa pwesto ko at pinutol yung mga taling nakatali sakin. "**Why and when do you have my knife?**"takang tanong ko pa sa kanya

"**Earlier, while you're asleep. Here.**"tsaka niya hinagis yung baril at agad ko namang sinalo at nang masalo ko ito ay biglang bumukas yung pinto

"**Walang hiya! Pano kayo nakatakas?**"inis at gulat pang tanong ng isang kasamahan ni Regent

"**Like these.**"tsaka ko siya nilapitan ang sinaksak sa lalamunan niya

"**Let's go!**"anang saad ko pa Demon

"**Well. Well. Well. The love birds in the nest. Do you think nabmakakalabas kayo ng buhay dito?**"saad pa ni Regent sabay palakpak

"**Hm?At sa tingin mo papayag ba'kong dito ang huli kong hantungan,Regent?Big NO?!**"Sabi ko pa dito at pinapaputukan yung nasa paanan niya para makalusot kami kahit papano

"**Run while you can,Love birds?!**"sigaw pa nito tsaka siya nagpaulan ng putok ng baril pero naiilagan naman namin

"**Don't get ahead of yourself,Regent this place it not our last-ARRGH!?**"daing ko nang biglang may bumaril sakin sa harapan ko habang tumatakbo kami ni Demon

"**Hell?!**"sigaw pa nito at agad naman niya itong pinapaputukan ng tatlong magkakasunod na putok at tsaka niya ako inalalayan at nagtungo kami sa isang lugar na sobrang dilim. Di ko alam kung kweba ba yung napasukan namin or what.

"**Are you okay?**"Tanong pa nito

"**This is fuc…king.. ridiculous..**"hinihingal ko pang sabi sa kanya tsaka siya nagpunit ng damit niya

"**W-What…are..you d-doing?**"nahihirapan ko pang tanong sa kanya

"**I can't afford you to die. I have a lot things to settle with you.**"tsaka niya nilagyan ng tela yung sugat ko

I got one stab,one shot in my upper chest and one shot in my thighs

"**Don't die on me,Hell.**"malamig pang sabi niya sakin

Tanginang buhay na'to.

Chapter 15:

His cold eyes left me dumb-founded. Like why?

"**Bunso?Helliah?Just what happened?**"Pag alalang tanong pa ni Kuya Handrico nang makarating ito sa hospital

"**Uhm...Things got miscalculated.**"simpleng sagot ko sa kanya

"**Who're you with?**"tanong pa ni Kuya Harry

Shit...I can't say it.

"**No one. I came here by myself.**"pagsisinungaling ko pa

May gusto akong tanungin sa kanilang dalawa kung totoo ba yong sinasabi ni Demon. Pero papano?

"**Helliah?**"tawag pa ni Kuya Harry sakin

"**Hm?**"

"**Are you okay?**"

"**Yes, I am.**"

"**That night you called me. Hinarap niyo bang apat yung DGK?**"Seryosong tanong pa ni Kuya Handrico

"**We just talk.**"

"**Talk?Anong klaseng usapan umuwing sugatan?ha?**"taas kilay pang saad niya

"**Just let me handle my own problems Kuya. And you need to handle yours.**"dagdag ko pa

/Kuya Handrico Deeply sigh/

"**You're really stubborn,Helliah. Kahit ano pa ang sasabihin namin hindi ka naman nakikinig.**"napangiwi pa niyang sabi at tumawa lang si Kuya Harry sa kanya

"**Mana mana lang yan. Ganyan ka din.**"tawang sabi pa ni kuya Harry

"**Just be extra careful next time.**"tsaka nagyakapan kaming tatlo

"**A-Aray.**"daing pa ni kuya Handrico

"**What's wrong?**"tanong ko pa dito

"**It's nothing.**"pasimpleng sagot pa niya sabay iwas nang tingin sakin

"**BLS?Tama?Did you get involved with them,*again*?**"tanong ko pa sa kanila

BLS o Black Light Striker. Sila lang naman yung pinakamatinding kalaban ng DRM o Death Row Mask.

"**Pano mo nalaman?**"takang tanong pa ni Kuya Harry sakin

"**Baka nakakalimutan niya na ako ang naglagay ng tracking device sa mga cellphones niyo.**"saad ko pa dito

"**Well,I guess we can't sneaking around for forever,Harry.**"nakangiting aniya pa ni Kuya Handrico

"**Uhm..Excuse me Mr. Brights?**"saad pa nung nurse

"**Sino saming dalawa?**"nakangiting tanong pa ni Kuya Handrico sa nurse

"**Sino si…Harry Brights?**"saad pa nito habang tinignan niya yung papel niya

"**Ako. Bakit?**"sagot pa ni Kuya Harry

"**I need you to sign some papers.**"simpleng saad pa nung nurse

"**I'll be back,kiddos.**"tsaka sila lumabas

"**So?Natalo niyo ba sila this time?**"excited ko pang tanong sa kanya

"***Too*** **close. But destiny wants to play more.**"sambit pa nito habang nanggigigil

"I see."

"**Kuya?I have something to say. That night. Di lang usap ang nagawa namin between the two groups.**"panimula ko pa. "**While we're in a middle of fight. There's another groups who suddenly appeared infront of us.**"

"**Who?**"

"The DS. And it turns out that the leader of DS is also our classmates."tsaka ako tumingin sa labas mag uumaga na pala

"What a small world."

"But this shit DS is really something. Regent told me himself that he's the one who killed our parents."dagdag ko pa tsaka ako napatingin sa kanya. "He's also the reason my Demon's parents got killed. And Demon told me something."

"What?what he told you?"

"He's the one who shot you *that* night. Remember,when you guys wanted to surprise me."saad ko pa

"And why?why would he do that?"takang tanong pa niya pero ramdam mo yung inis sa boses niya

Huh?I thought you know kung sino yung bumaril sayo?

"Hindi mo alam na si Demon ang bumaril sayo?'kala ko alam mo?"takang tugon ko pa sa kanya

"No. I thought that it's someone from BLS…But why would Demon do such a thing like that?"

"I don't want to believe him…but…are-are you the one who killed his older sister?"saad ko pa at saktong bumalik si Kuya Harry

"Who's older sister?"tanong pa ni Kuya Harry

"Demon."

"What's his last name again?"Kuya Harry ask

"Leverick."simpleng sagot ko pa dahilan para magulat si Kuya Handrico

"You mean Andrea Leverick?"saad pa ni Kuya Harry

"Aba malay ko ba sa pangalan. Wala namang sinabing pangalan si Demon."

"Handrico?Diba ka klase mo dati si Andrea?"tanong pa ni Kuya Harry sa kanya

"Oo,pero you know our policy. We can't dare to hurt a girl. Besides we didn't killed Andrea."biglang saad pa ni Kuya Handrico.

"BLS it was them. They killed her. They killed the girl who I want to spend the rest of our life."

"Kuya?"

"As far as I remember, Andrea told me that someone's gonna kill her if she didn't go with them. But still, she choose me."dagdag pa nito

"Teka nalilito ako. Pano nasabi ni Demon na kayo ang pumatay sa ate niya?"tanong ko pa dito

"Dun ko lang napagtanto na si Javia, leader ng BLS ang nagsabi kay Andrea na kailangan niyang sumama sa kanila. At sinubukan pa nga nilang pagsamantalahin pero di nila natuloy. Dahil humarang ako. And I lost my control..."napatigil sa pagsasalita si Kuya Handrico kaya agad namang lumapit sa kanya si Kuya Harry

"Ang BLS ang mismong pumatay kay Andrea. At agad din nilang binaliktad ang sitwasyon at isinisi samin ang kasalanan. The BLS likes to play reciprocate."pagpapatuloy pa ni Kuya Harry

"Kung ganun, Wala talaga kayong kasalanan?"pagkukumpirma ko pa sa kanila

"Oo, at isa nadin siguro yan sa dahilan kung ba't kami umalis ng pilipinas ng panandalian. Handrico intends to blame himself things."dagdag pa nito

He's right. Kuya Handrico really blame himself if something happened to someone he adores or he treasures.

"Little did we know. Kailangan ka din naming protektahan."dagdag pa niya. "I don't want to lost *again*."

Kuya Harry, He secretly loves Jellianne. But Jellianne didn't even know. She died without knowing that Harry loves her too.

That's right. Jellianne loves Kuya Harry, secretly. I was really rooting for their love but...now?it's different.

Lumipas na ang mga araw at parang naging normal lang ang lahat.

Nakauwi na ako ng bahay. Since ayaw kong mag stay sa hospital. It's giving me trauma pagkatapos naming dalhin si Jellianne sa hospital at di na nakalabas pa ng buhay.

"Siguro kailangan kong maka-usap si Demon tungkol sa mga nangyari sa ate niya. Pero Pano naman ako makakalabas dito?"tanong ko pa sa sarili ko habang nakahilata lang ako sa kama ko

"Kung lalabas naman ako kailangan ko naman ng kasama. Tapos sila Kuya Uno at Kuya Leo pa. Okay sana kung sina Kuya Ken o Kuya Amber, Kahit papano magkakasundo kami."

Kaya lumabas muna ako ng kwarto at nagtungo sa sala kung saan nagkakape yung dalawa kong Kuya.

"Uhm..Kuya Handrico?Pwede bang lumabas Kahit saglit?Promise babalik din ako agad."pagpapaalam ko pa sa kanya pero di niya ako tinignan kasi busy siya sa paperworks

"Yes,You can. But with Ken and Amber."saad pa nito

Yes!

"But Kuya,I can handle myself."pagrarason ko pa

"Mamili ka,aalis ka dito na kasama yung dalawa o dito kalang."saad pa nito

"Fine."

Ha!This is great. I thought Kuya Leo and Kuya Uno will go with me.

Kaya agad akong bumalik sa kwarto ko at hihiga na sana ako nang may bumato mula sa bintana ko. At agad ko namang kinuha at binasa

"Hell,We need to talk. Puntahan mo'ko sa lugar kung san may umepal."

Pagkabasa ko pa sa sulat

"Nak ng! Naunahan ako ng demonyong unggoy na yon ah! Pero kailangan ko din kasi siyang kausapin, what should I bribe with Kuya Ken and Kuya Amber?"

—

"Kuya?I need to go. Bye."saad ko pa sa dalawang Kuya ko

"Teka! 'pag ikaw nawala sa paningin nila Amber. You better prepare your punishment."pagbabanta pa ni Kuya Harry

"Yes sir!"

Kaya agad naman akong nagtungo sa garage kung saan naghihintay yung dalawa.

"San ang punta natin,Mahal na kamahalan?"pagbibirong tanong pa ni Kuya Ken

"Sa M-Mall."

"Hm?Yung totoo?"paninigurado pa ni Kuya Amber

"I swear sa mall."at agad Naman kaming pumasok sa loob at pinaandar na ni kuya ken yung sasakyan niya

@Mall

"Kuya Amber,Cr lang Ako."Pag papaalam ko pa

Sorry Kuya Amber

"Sige bilisan mo lang."simpleng saad pa niya tsaka naupo sa bench

I can't think any things to bribe them.

Agad din akong pumasok sa loob. At sa pagkapasok ko ay maghanap ako ng pwedeng daanan kahit maliit.

"Ayun chamba!"masayang sabi ko pa nang makakita ako ng bintana na nakabukas at tamang tama lang yung laki at di na ako nagdalawang isip na umakyat at dumaan dito

"I never imagine myself being in position like these like a thief people would do."reklamo ko pa "ang hirap! Lintek!

"Yes! Nakalabas din. HAHAHA!"ngiting saad ko pa at nagpatuloy na ako sa paglalakad ko patungong other door.

"Yo,Hell! Nag iba na pala yung pintuan ng Cr."bungad pa ni Kuya Amber kasama si Kuya Ken

Sabi na eh.

Chapter 16:

"**A**hh..H-How..ga..nito Kasi yan."

"Hop in. Alam namin kung san ka talaga pupunta."nakangiting sabi pa ni Kuya Ken na may dalang….popcorn?

"Kuya Ken?why are you buying popcorn?"

"Baka may action movie mamaya eh."sagot pa nito tsaka na kami pumasok sa loob

"Pero pano niyo nalaman kung san talaga ako pupunta?"takang tanong ko pa sa dalawa

"Dahil sa papel na'to."tsaka niya pinakita sakin yung papel na binato ni Demon kanina

"Ha?Pero wala namang address na nakalagay eh."

"Yup!but Handrico told us recently kung anong nangyari sayo these past few days. So pupunta tayo sa florestrican."saad pa ni Kuya Ken

Florestrican dun kami huling nag away ni Demon at kung saan dun din ang may umepal.

Ha! mabuti nalang at sila ang kasama ko

"But what if…"

"Don't worry. Your brothers won't know about *this* trust us."saad pa ni Kuya Amber

"Wee?Really?Totoo?"paninigurado ko pa

"Yes! We're a man with a words. You can trust our words, Risha."saad pa ni Kuya Ken

At agad namang pinaandar ni Kuya Amber yung sasakyan

@Florestrican

Nang makarating kami sa lugar ay agad naman kaming bumaba.

"Demonyong unggoy,nandito kana ba?"sigaw ko pa

"Demonyong unggoy talaga?"saad pa ng boses mula sa likuran ko

"Ay demonyo!"gulat ko pang sabi dito at napahawak naman ako sa dibdib ko. "Bwisit kang gago ka!"tsaka ko naman siya hinampas sa balikat niya

"Anong ginagawa dito ng dalawang DRM?"blankong expresiyong tanong pa niya

"Hey kiddo. Don't mind us. Just do your thing."saad pa ni Kuya Ken

"Sinamahan lang nila ako. It's my brother's order. I even tried to escape from them but here they are. They're with me."sagot ko pa dito at nag wave naman yung dalawa nang nakangiti

"K."

K?

"Ayy oo nga pala,ano yung gusto mong pag-usapan?"seryosong tanong ko pa tsaka kami napa upo sa upuan

"Yeah. About that. My friends,I haven't seen them since *that* last night."panimula pa nito

"Sa'yo din?Di ko din ma contact yung mga kaibigan ko."kunot noong sabi ko sa kanya

"Walang sumasagot. 'kala ko nga nandun sa inyo."sabi pa nito

"No, they're not. I even tried to contact Monica but she's not answering her phone."

"But let's take that aside for now. I know that our friends is somewhere safe. I guess. Here's something I need to tell you."halos pabulong pa nitong sabi sakin

"Hm?What is it?"

"Since the day na hinatid kita sa hospital walang araw na di nakatingin si Regent sa hospital."panimula pa niya

"Ha?!"

"So, I need to be there everyday. So he takes his chance kapag aalis yung bantay mo. But he always fail."dagdag pa nito

"G-Ganun?"at tumango lang ito

"I guess, thanks for that?But I have something important to tell you. Like it's very important."saad ko pa tsaka ko hinawakan yung mga balikat niya "I want you to listen to me carefully."

"Okay…?"

"Sinabi na sakin ng dalawa kong Kuya ang lahat. Kung anong totoong nangyari sa ate mo. The DRM can't killed her. They can't even dare to touch all the woman."panimula ko pa

Parang kahapon lang gusto naming patayin ang isa't Isa at ngayun?nag uusap lang na para bang walang nangyari?

"Here we go again…protecting the-"

"I said, *listen* carefully!"

"I can't listen to bullshit that full of lies,Hell. Bakit sinabi ba nila na sila yung pumatay?kung di sila sino?Ha?!"sigaw pa niyang patanong sakin tsaka ito napatawa sa kinauupuan namin

His eyes…is seeking for revenge only.

"Demon,Ano ba! Mahilig kang mang cut off ng tao no?kaya ang kikitid ng utak mo. Sinabi ko ngang hindi DRM ang pumatay sa ate mo! Kundi ang BLS!?"pasigaw ko din sa kanya

"BLS?what kind of bullshit is this,Hell!?"inis pa nitong sabi at pinisil niya yung kanang kamay ko. "Dare to lie at me,at papatayin talaga kita dito."may pagbabanta pa sa boses niya

"I'm not lying! Let go of my hands!"pagmamatigas ko pang saad tsaka ko pinilit hilahin yung kamay ko sa kanya. "You're fucking hurting my hands?!"tsaka niya pinisil ng todo yung kamay ko

"She's not lying,Little Demon. So please let go of her hand."biglang saad pa ni Kuya Ken habang nakatutok yung baril niya sa leeg ni Demon

"Kuya Ken, please put it down. Please."

"As long as he let go of your hand"saad pa nito sa malamig na boses at agad namang binitawan ni Demon yung kamay ko at agad din namang inalis ni Kuya Ken yung baril niya sa leeg ni Demon

"Anong klaseng kamay ba ang meron ka?look,my hand is bleeding!"panunumbat ko pa dito

"Do I look care?"

"We're not the one who killed your sister. It was set up. The other group frame us."kalmadong saad pa ni Kuya Amber habang papalapit ito samin

"If you don't mind us to tell you the whole story,we can actually tell you."dagdag pa ni Kuya Amber at tahimik lang si Demon "I'll take it as a Yes. So, okay."

"BLS or Also known,Black Light Strike. They're the infamous notorious syndicate in Philippines. According from our Intel, their only victims are all girls. They tortured their targets at gagawan ng kalaswaan. They've already been in jails a lot of times. However,they always escape from death sentence."panimula pa ni Kuya Amber

Shocks!

"One day, napagtripan nila si Andrea,habang si Andrea papasok palang ng university. At pwersahan nilang pinasakay ng Van yung kapatid mo. Kahit nanlaban si Andrea ay agad naman siyang hinampas sa batok niya dahilan para mawalan siya agad ng Malay. Things got serious when, Handrico heard about what happened to Andrea di na siya nagdalawang isip na puntahan si Andrea sa lugar na kung nasaan siya. At sa pagkadating nga ni Handrico sa lugar ay dun niya nakita si Andrea na umiiyak at halos pagsasamantalahin ng grupong BLS While he's protecting Andrea. He risk himself he didn't think of nothing. As long as he can protect Andrea even if it's cost of his life."pagkwento pa ni Kuya Amber

"Why should I believe your words?You probably made it up. You can't change my mind. You killed her. You killed my sister?!"tsaka niya inagaw yung baril ni Kuya Ken at itinutok sakin

"Demon…Calm down..okay?"saad pa ni Kuya Amber

"You can actually take mylife,Demon."biglang saad ko pa

"Risha! Don't provoke him!"Pag suway pa sakin ni Kuya Amber

"I mean,he didn't believe us. There's no point saying the truth Kuya Amber."walang ganang saad ko pa

"Stop it! We have evidence!"tsaka naman nilapag ni Kuya Ken yung mga larawan ng ate ni Demon

"Ate.."

"Take a good look,closer. Hindi ganyan ang sign ng DRM kapag may biktima sila. Just take a look at our signs."saad pa ni Kuya Ken sabay pakita sa mga tattoo niya sa katawan niya

He's right. The DRM has the most expensive and difficult to draw tattoo in their bodies. To the point that no one can't imitate them.

The DRM tattoo is really difficult at your first glance it's easy but…NO! plus, when they have a victim they only put Black Dragon with Circle in the middle with three eclipse moon on it.

But the picture evidence is different. The sign is really different. No one can spot the difference but except us. Handrico said that the BLM victims has red and black rose and a crescent moon.

Of course, Ordinary people would likely to think that the victims are tattoo addicts.

"Patayan pala ang gusto ah?BLM, Ako mismo ang papatay sa inyo."seryosong saad pa nito tsaka niya pinunit yung larawan

"Demon?"tawag ko pa sa pangalan niya

"Amber,Ken. I would like to talk with your leader."sambit pa nito

"Ha?you want to talk with my brother?"gulat ko pang tanong dito.

"You heard me,right?"tsaka niya ako tinignan ng masama

"Of course you can."masayang sabi pa ni Kuya Ken. "Let's go."kaya agad kaming pumasok sa sasakyan

It's still hurt. What with his hands?Gawa ba sa aluminum yung kamay niya? tungsten?nakalunok ba siya ng bakal nung bata pa siya?

@Brights Residence

Agad nagtungo yung tatlo sa opinsina nila Kuya

Harry at Kuya Handrico habang ako naman mabilisang nagtungo sa kwarto ko.

"**Where's my first aid?**"tanong ko pa tsaka ko hinanap yung first aid ko

In few minutes I wrapped around my hands with bandages.

"**Mukhang galing sa suntukan lang ah?**"natatawang aniya ko sa sarili ko

Kaya sinubukan kong tawagan ulit yung phone number ng tatlo,pero ni isa sa kanila walang sumasagot.

"**Aaaargh?!**"tsaka ko binato yung phone ko sa pader

Helliah inner self:

Helliah's angel side: Ba't mo binato yung phone mo?"

Heliiah's devil side:Tama dapat sinuntok mo nalang keysa binato mo. Like suntukin mo yung pader o di kaya'y sirain mo yung kuryente niyo. Mga ganung Bagay."

Helliah's angel side:It'll cause more chaos,are you even thinking?"

"**Hayst! Maybe I can buy new.**"

Chapter 17:

Just where the hell are you girls.

At dahil Wala akong magawa ay binuksan ko nalang yung site ng Fantherarie. May sariling site ang lugar namin. Which is kami lang din ang makaka access.

"Ayan, may DS file narin." sambit ko pa sa sarili ko tsaka ko pinindot yung file ng DS

"John Hamstringer.... Jeric Annestrian.... Jovan Syreniation...Jacorian Lynsdellerm and Regent Jacob Drawn." basa ko pa sa pangalan ng mga miyembro

"Lima lang yung miyembro ng DS?"

Dalawang Oras na ang nakalipas simula nung basahin ko and blog ni Chairman sa site ng Mafia Org.

-Checking the background of DS-

"Bago lang namin nalaman ang lahat. Ang Deadly Silent o mas kilala bilang sa tawag na DS ay sila ang pumatay sa mga magulang nina, Harry, Handrico at Helliahvanarisha,pero Hindi lang Brights ang pinunterya nila, pinatay din nila ang mag asawang Leverick."

Basa ko pa sa isa sa mga blog ni Chairman

"May ugnayan ba ang pamilya namin at pamilya ni Demon?" takang tanong ko pa sa sarili ko

""Bunso?Bumaba ka muna dito." rinig ko pang tawag sakin ni Kuya Harry

Kaya lumabas na ako ng kwarto ko at nagtungo na ako sa sala at dun nagkatagpo yung mga mata namin ni Demon, pero walang galit o kung ano man.

"Why?" tanging sambit ko pa

"So,Ba't di mo sinabi na pupunta ka sa florestrican ha? Sinabwat mo pa talaga yung dalawa."tanong pa ni Kuya Harry

"Ah?Eh!..."

Ha?how?

"teka..Ba't nandito yung grupo mo?"takang tanong ko pa nang makita kong kumpleto ang grupo nila

"I called them. We want to clear things out."sabi pa ni Kuya Handrico

"I..I can't contact my girls."sabi ko pa sa kanila

"Ah! Your girls. Don't worry they're fine. They're gonna be here."sambit pa ni Kuya Leo

"Same with your group,Demon."dagdag pa niya

"Really?"sabay pa naming sabi ni Demon

"Leave it aside."sambit pa ni Kuya Harry

"I have question."saad ko pa

"Yes. What is it?"Kuya Handrico

"May ugnayan ba yung dalawang pamilya, Yung pamilya ni Demon at pamilya natin?"patanong ko pa nung pababa na ako ng hagdan

At…katahimikan ang nangingibabaw saming lahat.

"Kuya?May ugnayan ba?"Pag uulit ko pa

"Ganito yan. Dati, yung dalawang pamilya matatag talaga sila. Sila yung namumuno dati ng organization, mga magulang natin at ang mga magulang ni Demon. Hindi mo talaga mapaghiwalay ang dalawang pamilya, Hanggang nangyari ang hindi inaasahan ng dalawang panig. Nung gabing aksidenteng napatay nila ang angkan ng mga Drawn."panimula pa ni Kuya Handrico

Ha?may ganyang ganap?I mean, I really don't know. Aside sa sinabi ni Regent.

"What happened?"tanong ko pa

"Don nagsimula ang gulo ng biglang may sumaling isang grupo."dagdag pa nito

Sounds familiar, that same situation.

"**Yung grupong dumating ay ang BLM. sila lang ang tanging dahilan kung bakit Hanggang ngayun walang masyadong ugnayan ang dalawang pamilya.**"giit pa ni Kuya Harry

"**BLM?Sila ang dahilan?**"sambit ko pa tsaka ko tinignan si Demon na ngayu'y nakakuyom na yung mga kamay niya

"**Oo,At sila din ang dahilan kung ba't namatay si Harley.**"dagdag pa ni Kuya Handrico

"**Harley?Who's that?**"takang tanong ko pa

Di ko siya kilala.

"**Siya yung nakakatandang kapatid natin. Pinatay nila si Ate Harley nung di ka pa pinapanganak.**"saad pa nito

"**Ha?Teka Ba't ngayun ko lang 'to alam?**"litong tanong ko pa sa dalawa

"**We can't bring this out the topic.**"simpleng sagot pa niya

"**As you know, BLM their targets are all girls. That said, the tried to kill you too.**"saad pa ni Kuya Harry

"**Ha!They tried to kill me?pwes, I'm gonna show them that they have a missing piece to complete the puzzle in their life.**"inis ko pang saad

"**Angel, Sheen, Danica and Selma. They killed them.**"biglang saad pa ni Demon

He's right. That night, I didn't saw the girls. Puro lalaki lang.

"**Hellooooo everyone.**"bati pa ni Hannah nang makapasok ito

"**Hannah?**"gulat ko pang sabi tsaka ko siya nilapitan at niyakap

"**We're here too.**"saad pa ni Stephanny

"**Stephanny,Monica.**"tsaka ko sila niyakap tatlo "**where have you been these times?Ba't di niyo sinasagot yung tawag ko?**"sunod sunod ko pang tanong sa kanila

"**That night. Nung bigla kayong nawala ni Demon someone tried to kill us. Including Demon's group. It's actually simple but a clever attack.**"simpleng sabi pa ni Monica

"So?San kayo nagtatago?"

"In my safehouse. Together with the DGK Boys."saad pa ni Stephanny tsaka pumasok yung grupo ni Demon

"Yo!"sabay sa pa nilang Kirby at Xenos

"Dude!"sabi pa ni Demon at nilapitan niya at nag fist bump naman sila

"Sup! Demon."saad pa ni Christian

"Did we make you worry?I know we do."natatawang sabi pa ni Davies sa kanya then he pats Demon's head

"Its a good thing that they're all okay."nakangiting saad pa ni Kuya Amber

At bago pa magsimula ang lahat sinabi agad nila Kuya Harry ang lahat lahat para I was confusions.

Tatlong grupo sa iisang bahay…I feel alive. Even after what we through.

"Demon…Boys…I know..uhm…I know that this isn't the perfect time to apologize*/deeply sigh/* but I'm really sorry for killing Maricar and Cendy."nakayukong paghingi ko pa ng tawad nang nagkatinginan kami ni Demon at tumakbo naman silang Monica sa gawi ko

"We're sorry."Monica, Stephanny and Hannah

"We can't bring back the deads,Hell. We just need to move forward. But it doesn't mean that we need to forget them."then he pat my head

"Demon…" saad ko pa tsaka ko siya tinignan at ngumiti lang siya

"We do have another personality when communicating or interacting someone. Not everyone is an angel we have Demon sides,too. We're not perfect."saad pa niya

"Raise your heads,Ladies. Let's forget our past and start living with a new chapters in our life."saad pa ni Kirby

"**Welcome back Leverick.**"bati pa nina Kuya Harry at Kuya Handrico

"**Welcome on board,DGK!?**"pasigaw pang bati nina Kuya Ken at Kuya Amber

At natawa lang naman silang kuya Harry at Kuya Handrico sa pinanggagawa ng dalawa.

"**Tama na ang drama. Let's partyyyyy! We have DGK, BLK and DRM. In the hooooouse!?**"masayang saad pa ni Kuya Ken tsaka nagpatugtog ng music

"**Let's paaartyyyy woooooo?!**"saad pa ni Kuya Amber

'tong dalawang to talaga ang pasimuno kapag may party.

At nagmistulang party room ang visitors room namin. Pero masaya naman

"**Kina Demon next place.**"suggest pa ni Davies nang nagtanong si Kuya Ken kung saan daw yung susunod na bahay ang pwedeng gawing party house.

"**I don't see any problem with that.**"pag sang ayon pa ni Demon

"**Alright! DGK, bukas sumama kayo samin bukas, we're gonna introduce you in our society. For alliance.**"simpleng saad pa ni Kuya Amber

"**Eh?ayoko! Baka tambangan pa kami at kalansay pa kaming lumabas.**"diritsahang sagot pa ni kirby

"**Hindi ka nila pwedeng galawin o Kahit sino sa inyo, trust me.**"saad pa ni Kuya Harry

"**I guess,I can trust your words,then.**"saad pa ni Demon tsaka lumunok ng wine

May demonyo palang umiinom.

Chapter 18:

Kinabukasan, agad akong bumangon sa kama ko,at lumabas sa kwarto ko para gisingin yung tulog mantika kung mga Kuya. Last night was blast. We really enjoy our life. Dito narin natulog ang grupo ni Demon grupo ni Kuya at ang grupo ko.

We have enough room for everyone. Of course, separated by gender.

"**Kuya Harry,Wake up. The sun is already out.**"paggising ko pa sa Kuya ko nang makapasok ako sa kwarto nila, nasa iisang kwarto lang yung dalawa kong Kuya pero may tig iisang bed sila.

"**Oh?Baby Sister. Come give Kuya a big hug.**"sabi pa niya tsaka siya nag aakmang yakapin ako at agad naman akong lumapit dito para yakapin siya. "**Good morning,Princess.**" then he kiss my forehead

"**You should get up already. May lakad pa kayo diba?**"tugon ko pa dito

"**Wait for a moment. Let me hug you.**"saad pa nito at hinigpitan niya yung yakap niya "**ah! I don't want you to have a boyfriend yet.**"saad pa nito

"**Haaa?Where is it coming from?**"tanong ko pa dito tsaka ako kumawala sa pagkayakap niya

"**You're still our baby.**"may paglalambing pa sa boses niya

"**There you go again. Hayst! You should get up.**"saad ko pa tsaka ko hinila yung kamay niya

"**Gisingin mo nalang si Handrico.**"sabi pa nito sabay turo sa kabilang kama

"**Ha?ayoko nga!**"pagtanggi ko pa. "**Baka masipa pa ako niyan ng wala sa oras.**"

Oo po, naninipa po talaga siya kapag ginigising siya

"**Hindi yan. Mahal ka niyan.**"

"**Kuya?Kuya Handrico?Gising.**"mahinang saad ko pa sabay alog sa katawan niya nang makapunta ako sa bed niya

"**Lakasan mo like itulak mo siya sa kabilang kama para mahulog.**"natatawang sabi pa nito tsaka ko siya tinignan ng masama

Kuya ko ba talaga 'to?

/Inhale,Exhale/

"**KUYA HANDRICO MAY SUNOG?!**"sigaw ko pa dito at dali dali naman itong bumangon at nahulog pa nga sa kabilang pwesto ng kama

"**Ha?sunog?Asan?asan?**"taratang tanong pa niya habang hawak hawak yung kumot niya

"**HAHAHAHA mukhang kang timang Handrico.**"pang aasar pa ni Kuya Harry tsaka tumawa ng malakas

"**HURRGH?!**"inis pa nitong saad. "**Sinong gumising sakin,huh?sino?!**"tanong pa nito tsaka ako tumakbo papalapit kay Kuya Harry

"**Nope! Not me.**"natatawang sagot pa ni Kuya Harry. "**Ask Helliah.**"

"**Ha?Kuya?**"

"**Okay…kala ko si Mr. Dinosaur yung nanggising sakin.**"tsaka niya niligpit yung hi ihigaan niya

"**Ay wow ha? Whatever Mr. Buwaya.**"pataray pang sabi ni Kuya Harry

-Breakfast-

"**BLK, For the meantime you'll gonna stay here for some security purposes. If you ever want to go shopping, it's okay but as long a you know my rules,okay?**"paalala pa ni Kuya Harry samin habang sabay sabay kaming kumakain

"**AYE! AYE! SIR?!**"sabay pa naming saad

Lumipas ang mga ilang oras ay nagsimula nagmasi alisan ang dalawang grupo patungong Fantherarie habang kaming apat nalang ang natira.

"**Shopping?Bored eh. Tsaka libre ko.**"Pag aya ko pa sa apat na wala ring magawa

"Sure! Walang aayaw sa libre."nakangiting sabi pa ni Hannah

"Teka kailangan naming umuwi."sambit pa ni Monica sabay tingin sa damit niya

"No need na. Punta lang kayo sa third floor tapos may closet for girls dun. Pwede kayong mapili ron rahit ano."sabi ko pa sa tatlo at bigla namang kuminang yung mga mata nila

"Yun oh! Napakayaman talaga ng mga Brights no?"masayang sabi pa ni Stephanny

"Wow ah?nagsalita ang hindi. Sige nga sinong magulang ba ang nagmamay-ari ng buong hotel sa Luzon,ha?"nakapamewang tanong ko pa sa kanya

"Siyempre Pag mamay-ari ng Greniaaaal."Saad pa ni Hannah

Mga magulang ni Stephanny ang nagmamay-ari ng lahat ng hotel sa luzon. At ang pamilya naman ni Hannah ay family business across the country, pamilya ni Jellianne ay nagmamay-ari ng beach resort naman sa northern Visayas habang ang pamilya ni Monica ay famous high paid fashion designers at nagmamay-ari din ng subdivisions and apartments.

I miss her.

Kaya nagtungo nga silang tatlo sa third floor para maligo at mag bihis. May kanya-kanyang CR ang bawat guest room.

Habang ako naman nagtungo sa kwarto ko para maligo at magbihis.

-ALARTSTAL MALL-

Isa to sa mga paboritong mall ko across the country. This is the main branch.

This is really paradise for every shopper's.

"**Kung buhay pa sana si Jellianne kumpleto sana tayo ngayun.**"saad ko pa sa kanila

"**Hell,Let Jellianne's soul put in rest.**"anang saad pa ni Monica sabay haplos sa likod ko

"I know but..I *really* miss her."sambit ko pa

Among the four si Jellianne ang una kong nakilala. She's my first best friend

"**Ganito nalang, after our shopping punta tayo sa graveyard niya,okay?**"saad pa ni Hannah

"Hmm."

"**Let's play for now?**"saad pa ni Stephanny "**Arcade?Horror Both?Tap-Dance?**"dagdag pa niya

"**All.**"nakangiting sabi ko pa

Kaya ginawa nga namin. Laro dito,kain dun, Bili dito. Laro ulit.

"**Nagugutom na talaga Ako.**"reklamo pa ni Hannah sabay haplos sa tiyan niya

"**Ha?Bago lang tayo Kumain ah?**"saad pa ni Monica

"**I need to fill my tank in my tummy,Monica. I have more than ten tank in my tummy.**"sabi pa nito at napa buntong nalang ng hininga si Monica

"Fine..let's just find restaurant."Monica

"**Dun nalang tayo sa Lynx Restaurant.**"suggest ko pa

"**Eh?Wag dun,sobrang Mahal.**"reklamo pa ni Stephanny

"**Napakakuripot mo. Let's go. Masarap yung mga pagkain nila.**"pamimilit ko pa

"**Ako na manglilibre.**"saad pa ni Monica

Pinakakuripot saming lahat ay si Stephanny.

"**YEEEEY?!**"sabay pa naming saad ni Hannah

Chapter 19:

Kaya agad ding nag order sina Monica at Hannah, habang kami ni Stephanny ay naka-upo lang. Nag aantay ng pagkain.

"**Stephanny? After we eat here. Bili ulit tayo ng damit. Tayong apat.**"nakangiting sabi ko sa kanya

"**Waldasera kana ngayun ah?**"nakangising sabi pa ni Stephanny

"**Paminsan-minsan lang 'to, kaya lubus-lubusin na natin.**"tsaka ko pinakita sa kanya ang dalawang black card ni Kuya Harry

Binigay ni Kuya Harry yung dalawang black card niya sakin para daw sa mga pangangailangan ko.

hehehe.

After twenty minutes ay bumalik na sila Monica at Hannah dala dala ang mga order namin.

Habang kumakain kain kami ay may parang mga matang nagmamasid samin. Kanina ko pa siya napapansin at ang tanging akala ko lang ay nagkakamali lang ako. Pero hindi eh.

"**Be ready, Girls.**"Pag aabiso ko pa sa kanila habang busy sa pagkakain. Tsaka ako luminga sa paligid

"**Bakit? May adventure?**"ngiting tanong pa ni Monica

"**Siguro? I'm not even sure. Basta Ihanda niyo lang sarili niyo.**"dagdag ko pa

"**Copy!**"

After eating for almost two hours ay lumabas na din kami. Agad din kaming nagtungo sa clothes shop. Pero yung matang nakatingin ay nakasunod parin samin.

As i expected. Kami nga ang sinusundan.

"**Oi. Hell, anong tingin mo sa damit na'to.**"tanong pa ni Monica sabay pakita sa byzantine na kulay ng off shoulder dress.

"**Bet mo ba? I'll buy it.**"saad ko pa sa kanya

"Heeelll…What do you think about this?"tanong pa ni Hannah habang bitbit ang kilay fossil na long sleeves na backless

"I want these Hell."saad pa ni Stephanny at may bitbit na..

"Ha?Ang dami!"giit ko pa, nilagay ba naman sa malaking roller cart

"Libre mo diba?"she innocently ask

"Fine…fine…Just choose whatever you like,girls."tugon ko pa sa tatlo at nakangiti namang nakatingin samin ang sales lady

It take us for less done an hours para mamili ng mga damit. At agad naman kaming nagtungo sa cashier para bayaran na lahat

"98,976.90pesos po lahat ma'am."saad pa nung cashier

Diba?ganyan kami gumastos. Sa damit lang yan.

"Here's my card,Miss."tsaka ko inabot sa kanya ang black card ni Kuya Harry at agad naman niyang inabot

"Thank you for shopping here ladies."saad pa niya sabay balik sakin ng card

"Thank you."sambit ko pa

At agad din kaming lumabas ng mall at nagtungo na sa parking lot tsaka kami nagkatinginang apat.

"Go!"utos ko pa at kanya kanya kaming tumakbo para hanapin yung matang yun.

Malakas ang pakiramdam ko na marami sila. Pero wala akong pakialam.

"GOTCHA?!kanina pa kayo nagmamasid saming apat! Sino ba kayo?!"tanong ko pa sa dalawang nagtatago sa gilid ng sasakyan,tsaka ko sila tinutukan ng baril

"Ha! Ibaba mo yang laruan mo,Bata. Baka yan pa ang dahilan para mamatay ka."simpleng saad pa niya tsaka humarap sakin

Bata?!Teka ganyan naba talaga ako kaliit para tawaging bata?

"Hey! Trashbin face! Wala kang karapatang tawaging akong *bata*. I'm not even a kid."kalmadong sabi ko pa sa kanya tsaka ako nagsimulang magpaputok at agad naman silang gumulong para makaiwas

"**Not bad,Little Brights.**"isang sabi pa ng lalaki ng bigla itong lumitaw sa likuran ko at agad ko namang naramdamang may nakatutok na sa leeg ko

"**Who the hell are you?!**"inis ko pang tanong sa kanya

"**Dapat matagal kanang patay. Kung di lang nangingialam ang mga kuya mo.**"saad pa nito tsaka niya idiniin yung kutsilyo sa leeg ko dahilan para may maramdaman ko yung hapdi

Matagal ng patay?

"**BLM?Kayo ang-ARGHHH!?**"Daing ko pa ng biglang sinuntok ng isang kasamahan niya ang tiyan ko

"**Sige! Ilakas mo yang boses mo para bangkay kanang matagpuan ng mga Kuya mo.**"pagbabanta pa nung lalaking may hawak sakin

"**Hell?WHAT THE?!**"tsaka nagpaputok ng baril si Hannah at natamaan niya ang isang kasamahan ng BLM. at di naman nagpatinag ang BLM at nagpaputok din sila at agad namang umiwas si Hannah at ginamit nga nila itong pagkakataon para pilitin nila akong isakay sa Van nila

"**BITIWAN NIYO'KO?!MGA HAYOP KAYO!? DON'T TOUCH ME WITH THE FUCKING FILTHY HANDS OF YOURS?!**"pagsisigaw ko pa pero biglang may humampas sakin ng kung ano dahilan para mawalan ako ng malay

Nang magising ako ay nakatali na ang kamay at paa ko sa isang koncreting upuan

Kidnap na naman?kung di kidnap..pasa. tangina paulit ulit lang yung sitwasyon sa buhay ko ah?

"**WHAT THE FUCK!LET ME FUCKING GO?!**"pagsisigaw ko pang utos ng may pumasok na BLM

"**Kakagising mo lang ang ingay ingay mo na.**"he said it with husky voice

"**What the freaking fucking hell you want from me?!**"inis ko pang tanong sa kanya tsaka siya lumapit sakin. "**Stay away from me filthy trash?!**" Pandidiri ko pang saad sa kanya

"What I want?it's simple, I want to see *their* faces after seeing you with pale body skin."tsaka niya inangat yung mukha ko

"What a lowlife!"kumento ko pa

"Lowlife?Maybe you can call it by that."tsaka niya dahan dahang sinugatan ang mukha ko gamit ang basag na botelya

"You shitty fucker trash?!"sigaw ko pa dito tsaka ko siya dinuraan sa mukha but he fiercely look at me at may kinuha siya sa bulsa ko. "**Give it back,Dim-wit?!**"saad ko pa nang kinuha niya yung phone ko

"I'll give it back to you after calling your overprotective brothers."he said and he started dialing them. "**Oh,Hello Handrico? Ah yes, It's me Javia. Hm? You're right. Me and your little sister we'll be having a *night* together.**"tsaka pina speaker pa niya

"**STAY AWAY FROM MY SISTER. YOU SUCKER!? DI KAPA BA NAKUNTENTO HA?!**"galit pang sigaw ni Kuya Handrico sa kabilang linya

"Don't touch-ARGGGH?!"napasigaw nalang ako sa sakit ng bigla niyang sugatan ang hita ko

"Helliah?Helliah?What happened?"aligagang tanong pa ni Kuya Handrico. "**Javia! I SWEAR TO YOU. I'M GONNA PUT YOUR FUCKING LIFE IN THE COFFINS!?**"

"Take it easy dude. Your sister is still breathing. What if you'll come to our old school. But if you won't. If you know what happen to your sister."saad pa nito tsaka niya pinatay ang tawag at tinapon yung phone ko sa mukha ko mismo

"**Narinig niyo yun?Isang sigaw ng kuya para lang mailigtas ang bunsong Kapatid.**"tugon pa nito sa mga kasamahan niyang makapasok tsaka sila nagtawanan

"Ano kaya ang pwedeng gawin ko sa'yo?"patanong pa nito habang nag iisip

May isip ka palang HAYOP KA!

"Ba'to Ba'to pick. 'pag Natalo kita susugatan kita pero Pag natalo mo'ko susugatan parin kita all wins sakin."nakangiting sabi pa niya

Di ko naman expected na baliw pala ang leader ng grupo.

"**What a childish! Ang tanda tanda mo na ganyan parin ang nasa isip mo?shame on you!**"pang iinsulto ko pa dito

"**Anong gusto mo?mamatay agad?no. It's not exciting.**"then he smirk at me

"**Mamatay?do it,Airhead Javia. Do it!**"i provoke him. "**What?are you scared?ha!what a bluff words?!**"tsaka ko siya tinawanan

"**Gusto mo talaga ha?**"he ask with his softly voice as he pull out his gun and pointed out on me

"**Pipe down,Javia. You can't easily kill her.**"pagharang pa nung isang lalaki sa kanya

"**That might be right.**"tsaka niya binalik yung baril niya sa suot niyang tuxedo

"**Ang tagal naman ng mga kuya mo! Ililigtas kaba nila o hindi?**"naiinip pa nitong tanong sakin

"**Bobo kaba?di pa nga naglilimang minuto nung tumawag ka. Anong tingin mo sa mga kuya ko,the flash?!**"pamimilosopo ko pa sa kanya tsaka ko siya inirapan

"**Last ka na talaga. At bangkay kanang makita ng mga kuya mo!**"Tsaka siya umalis sa harapan ko at tumalikod na ito at nagtungo sa iba pa niyang kasamahan na naglalaro ng cards

"**Putangina!? Kailangan kong nakaalis dito!**"kaya pinilit kong tanggalin ang lubid na nakatali sakin pero masyadong mahigpit ang pagkakatali nito

"**Javia?Bili lang ako ng mga iinumin natin.**"saad pa nung isang lalaki tsaka tumayo

"**Sege William. Isama mo narin si Landro sayo.**"pagpayag pa nung Gagong Javia at agad namang tumayo yung nagngangalang Landro tsaka sila lumabas

"**Panalo na naman.**"masayang saad pa ni Javia

"**Tangina! Ba't masyadong mahigpit?!**"reklamo ko pa.

Ilang minuto na ang lumipas di ko parin matanggal-tanggal ang lubid hanggang sa..

"JAVIA! NANDITO NA SILA?!"hinihingal pang sabi nung William

Chapter 20:

"Ha?Where's Landro?"tanong pa ni Javia tsaka dali daling tumayo

"He's dead. Bimaril agad ni Harry."pagbalita pa niya

"**Andrew, and Alex. Kunin niyo yang babaeng yan. At siguraduhin niyong hindi siya makakawala sa mga kamay niyo.**"utos pa niya sa dalawang lalaki

"**Yes,Boss.**"saad pa nila tsaka sila lumapit sakin at dahan dahan nilang tinanggal ang lubid

Habang sina Javia at ang mga kasamahan pa niya ay dahan dahang lumabas ng silid. Hanggang sa lumuwag na nga yung tali at tumayo sila.

"**One..Two..Three..four..**"pagbilang ko pa sa taong nandito

"**What are you counting for?**"tanong pa nung isang lalaking may hawak sakin

"**The number of humans life.**"tsaka ko sinuntok yung mukha niya at papalag pa sana yung isang lalaki nang siniko ko yung sikmura niya tsaka ako lumayo nang kakaunti

"**Four Vs One. Do you really think that you can leave here?**"nakangiting tanong pa nung mataba

Mukhang lechon kulang nalang mansanas

"**Simple lang naman ang kumitil ng buhay. Gaya nito.**"tsaka ko hinagisan ng isang maliit na piraso ang isang lalaki at nagsusuka na nga ito ng dugo at lumuluha na ng dugo

"**Anong ginawa mo sa kanya?**"takang tanong pa nung isang lalaki

"**Oh?Simple lang hinagisan ko lang naman siya ng stonetimes.**"simpleng sagot ko pa

Stonetimes is the useful weapon that made from personal inventors of Brights.

How to use?simple, kailangan mo lang ang tamang tansya ng target mo at sabay hagis sa katawan nila and the weapon will do their works. In other words,kapag dumikit ito sa'yo sigurado na ang kamatayan mo.

For now, only the Brights Member lang ang Meron nito.

"**Want to try?**"tsaka ako naghagis ng dalawang stonetimes sa dalawang magkatabing lalaki

"**See you in hell.**"

"**Now, It's just you and me.**"saad ko pa dun sa lalaking sinuntok ko sa mukha

"**I admit that I understimated you,Brights.**" saad pa nito

"**Hm?Losing hopes already?**"pang aasar ko

"**Not at all.**"tsaka niya ako sinugod ng suntok at di ko na ilagan

"**What's wrong, Brights?that punch isn't my 100percent punch.**"pang aasar pa niya

"**I can feel it. It's too light. Here's the real punch?!**"tsaka ako umatake at pinagsusuntok ko siya sa mukha niya sabay sipa at sa pagsipa ko nataman ko yung leeg niya

"**Hm?What do you feel,Old geezer?Come on. Stand up. I'm still warming up.**"

"**Y-You little D-Devil.**"nahihirapan pa niyang sabi

"**Devil?HAHAHA! Not quiet right. That's the reason *they* named me Helliahvanarisha?!**"tsaka ko pwersahang sinipa yung ulo niya at bumagsak siya agad

"**My name is living inside with me.**"saad ko tsaka ako lumabas ng silid sabay tingin sa daan kung may mga BLM pa ba o wala tsaka ako nagtungo sa parang ground field

"**Hmm?as expected from the Brights.**"saad pa ni Javia mula sa likuran ko tsaka niya hinawakan ang beywang ko

"**Ja-**"bigla niyang tinakpan ang bibig ko dahilan para di ako makapagsalita. "**HMMGPT!HMGGHT!**"

"**Let her go. Or you'll regret?**"isang pamilyar pang boses ang narinig ko mula sa likuran namin ni Javia tsaka kami humarap

"Oh?Handrico."

Kuya?

As I looking to my older brother, puro dugo yung katawan niya.

"Oho?Kumpleto ang DRM?"manghang sabi pa niya "**nandito din ang BLK..At DGK?**"dagdag pa nito

Why?Ba't nandito silang Demon?

"This is interesting. I never imagine that DGK is also here."tsaka ito ngumiti at tinanggal na niya yung kamay niya sa bibig ko at inilipat niya ito sa leeg ko

"Look Brights the three groups is here just to rescue you. Are you really *that* special?"saad pa niya

"Let our sister go."malamig pang saad ni Kuya Harry sa kalmadong boses

This is bad.

"Kuya?"tawag pa ng isang pamilyar na boses

"Oh?Regent my lovely little brother."masayang saad pa nito

"Regent?Kuya mo'tong baliw na'to?"di ko makapaniwalang tanong sa kanya

"We're just want you to pay for what you've done?!"galit pa nitong saad tsaka niya ako sinampal ng malakas

Shit!kahit mga magulang ko di ako sinasampal

"HELL?!"Sigaw pa nila

"Pay?Don't make me laugh,Regent. Itong baliw mong kapatid ang nagpasimuno ng lahat. You're just being brainwash by this brainless lunatic here."kalmadong saad ko pa sa kanya

"Wala akong paki alam kung sino ang nauna."simpleng saad pa niya

"Regent. Take her. Wag na wag mo siyang patatakasin."utos pa niya sa kapatid niya tsaka niya naman ako binigay kay Regent

Tangina?Ginawa pa'kong laruan?

"**Let's spend the night, My lady.**"saad pa nito tsaka niya hinigpitan yung pagkahawak niya sakin

Arrgh! I can see the gate of the after life

"**Regent! Wag na wag kang magkamamaling pasabugin yang ulo ni Hell. Ako talaga ang makakaharap mo.**"kalmadong sabi pa ni Demon pero ramdam mo sa pananalita niya ang....galit?bakit?

It's groups vs Groups

DRM,BLK,And DGK V.S BLM And DS

"**Why don't we take somewhere quietly,Demon?**"saad pa niya tsaka niya ako tinakbo

If I die here. Thank you.

I can't use my stonetimes. Ubos na

At napadpad kami sa isang lumang gym ng paaralan.

"**This place...this is the place where you die,Hell.**"paunang sabi pa nito

"**Like I care. I'm actually looking for a place to die. And I appreciate your recommendations.**"wala akong intensiyon na mag inis sa sinasabi ko pero...

"**May gana ka pa talagang mamimilosopo ah?!**"tsaka niya tinutok yung baril niya sa ulo ko

"**Hell!**"

"**Well well well. If isn't our shining shimmering armor king. He's here to save the princess, who's in trouble.**"nakangiting sabi pa ni Regent

"**Bitiwan mo yang baril mo,Regent!**"Pag uutos pa niya

Why?why are you here?

"**Huh? Ayoko!**"natatawang tugon pa nito

Seriously,why is he here?did Harry drag him to come?

"**Ha,If you want to kill me do it. Why can't you release it?why?are you scared that *they* hunt you till your last breath?**"walang ganang saad ko sa kanya

"Shut up!"inis pa niyang bulya

"Well,if ever you manage to kill me. The organization won't sit still."dagdag ko pa tsaka ko sinenyasan si Demon

"I said SHUT UP?!"

"NOW?!"sigaw ko pa kay Demon tsaka ako yumuko

"ARGHH?!"sigaw pa ni Regent ng barilin ni Demon yung kamay niya dahilan para mabitawan niya yung baril niya tsaka na ako tumakbo

"Here!"sabay hagis sakin ng baril ko at agad ko namang sinalo

"Why?"tanong ko pa

"Ha?"

"Why are you here?"

"....I'm barely bored."sagot pa niya tsaka siya umiwas ng tingin

"MAGBABAYAD KAYO?!"galit pang sigaw ni Regent at nagpaulan agad siya ng bala

"Ilaaag!"saad ko pa tsaka ko tinulak si Demon sa kabila

"Why are you spacing out?snap it! Geez, do you have death wish ha?!"taas kilay ko pang panenermon sa kanya nung sabay kaming matumba

"sorry."

"Are you hurt?"tanong ko pa dito

"No."

"I see."tsaka ako tumayo

"H-Hell?"

"Hm?bakit?"pagtataka ko pa

"You're bleeding too much!"aniya pa nito tsaka ko tinignan yung mga sugat ko

Anemic na nga akong tao. May ganitong pangyayari pa.

"Wala lang to.This *can't* kill me."tsaka ako ngumiti

"Stop hiding love birds. Come ouuuuut!"naiinip pang saad ni Regent.

"Let's do this at once,Demon."saad ko pa dito

"Can you even move?"tanong pa niya

"I can. I'll get his attention so please,kill him."utos ko pa dito at halata naman sa mukha niya ang pagdududa. "If you're doubting, Just go. But if you have death wish stay with me."

"Reeeegent! Yo! Wanna chat for a bit?"tsaka ako lumabas

I leave you the rest,Demon

Chapter 21:

"**Oh?Where's your partner?**" tanong pa niya.

"**Demon?We got a little disagreement. He left me and he let me die here.**"walang ganang saad ko sa kanya

"**Hm? Let's get our dessert for the night!**"agad namang nagpakawala ng sunod-sunod ng putok si Regent but I flawlessly dodge it

"**It's easy?Then,I'll give you this instead.**"then he throw three knife at me

"**That's too ea- crap!?**"wika ko pa nang muntik na akong matamaan ng patalim sa dibdib ko

"**Better to step the right place,Hell.**"pagkasaad pa niya ay bigla siya nagpaputok ng baril sa gawi ko and he purposely miss the shots?...why?

Crap! I can't move!?

"**Can't move? Of course you can't after five hours of setting that trap just for you.**"then he walks towards at me while smirking as he point his gun at me

I don't know what happened but as soon I step my foot here something lock my hand and feet.

"**Good bye,My lovely lady.**"

Five...Four...three..two..one.

Bang-Bang-Bang

Tatlong magkakasunod na putok ng baril ang narinig ko at tumalsik ang pa ang dugo ni Regent sa katawan ko.

Agad namang lumapit si Demon at tinulungan niya akong nakaalis sa pwesto ko.

"**I'm tired.**"saad ko pa dito

"You can take a rest."tugon pa niya nang matanggal niya yung mga traps

"HOW DARE YOU TO KILL MY BROTHER?!"galit pang sigaw ni Javia sa likuran ni Demon

"Demon?!"tsaka ko tinulak si Demon at sinalo yung bala na para sa kanya dapat

Bang-Bang

"Helliah?"

That voice.

Parang nakaslow motion ang lahat nung pabagsak na sa lupa yung katawan ko. At pakiramdam ko may parang sumalo

"Are you idiot?!Why did you save me?"

Even his voice is in slow-motion too

"De..mon */bloods coughing/* I-I...s-see the...g-gate."nahihirapan ko pang sabi dito

My vision gots blur,too.

Maraming beses ko nang halos makita si San Pedro pero this time...this is different.

"D-Deaths...is...s-scary..right?"

―――

It's been one week but di parin nagigising si Hell.

"Monica?you need to take a rest."saad pa ni Kuya Harry sakin

"K-Kuya?H-How can I tell her when she wake up?"tanong ko pa sa kanya tsaka na tumulo yung luha ko

I can't handle the pain anymore. It's killing me.

"We don't know. But for now, please take a sleep."tugon pa niya

"Kuya...Di ko na kaya. Ba't ganito ang tadhana?napakadaya naman."mangiyak-ngiyak ko pang sabi sa kanya tsaka niya naman ako niyakap

Hannah is in critical condition tapos si Hell di pa nagigising.

"Kuya...si.. Stephanny."

"ssssh...Listen to me,Monica. You can cry,scream,and punch as long as it can help you calm. But for now,I'm begging you please atleast take a nap."saad pa nito tsaka niya hinawakan ang kamay ko

Stephanny died. She died infront of me. Kuya Amber and Kuya Uno too. They died too. Kirby and Xenos. They both die.

"AHHHHH?!"sigaw ko pa

"Monica?"gulat pang sabi ni Kuya Harry

"I can't handle the pain,Kuya."

"It's too hard to handle our pains right now,Monica. Our life, we only borrow our life for temporary. It's not permanent,Monica. Some life are meant to be back in original."pangpakalma pa niya

Even after hearing those words I look into his eyes

"Ku...ya?"

"Please...for a meantime wag muna kayong umalis. Just stay with us, for a moment."at tumulo na din yung luha ni Kuya Harry

---

Dahan Dahan kong minulat yung mga mata ko,tingin-tingin sa paligid. Hanggang dumapo ang tingin ko sa isang lalaking nakayuko ang ulo sa tabi ng hinihigaan ko

"D-Demon?"as I call his name, I gently pat his head and he slowly look at me

"HELL?Harry! Handrico! She's awake!"pagtawag pa ni Demon sa dalawa kong Kuya na natutulog lang sa tabi

"Thank god! You're awake. Pinag alala mo kaming lahat."saad pa ni Kuya Handrico tsaka niya ako niyakap

"Ilang araw ba'kong tulog?"

"Anong araw,linggo. Halos isang buwan kang tulog."sagot pa ni Kuya Harry

"Where's everyone? Monica? Stephany? Hannah?"excited ko pang tanong sa kanilang tatlo pero....

"Hey?I'm asking you guys a question, why did you become so quiet?"takang tanong ko pa dito

"They're okay. Yeah."nakangiting sagot pa ni Demon

"I see."

"We'll go get a doctor."saad pa ni Harry tsaka niya hinila si Handrico at lumabas agad

"Why?Why did you save me back then?"tanong pa niya

Ba't nga ba?

"I don't have any reasons. I just wanted to rest."sagot ko pa sa kanya

"What a stupid reason."tugon pa nito

"I guess?But you know what…I think I met someone in heaven, the familiar vibes they gives."panimula ko pa

"Who?"

"I don't know. But it feels similar and familiar to someone."dagdag ko pa

"Maybe it's your parents?"

"No. It's not."pagtanggi ko pa

"Maybe Jellianne?"

"I guess?"tsaka ako tumingin sa labas ng bintana

Chapter 22:

"**Heeeell!**"saad pa ni Monica tsaka niya ako niyakap ng mahigpit. "**I miss you. I thought I lost you.**"saad pa niya habang nakayakap parin

"**Sinabihan ako ni San Pedro na dito pa raw muna ako lupa.**"pagbibiro ko pa tsaka niya naman pinitik ang noo ko. "**Aray!**"

"**Baliw ka talaga kahit kailan.**"natatawang sabi pa ni Monica

"**Matagal na since birth. It's been three days since I woke up. But I haven't seen Stephanny where is she?**"tanong ko pa sa kanya at bigla namang nagbago ang reaksyon niya "**Monica?**"

Kaya biglang pumasok ang dalawa kong Kuya at si Demon.

"**Kuya Harry...sh-she's asking.**"saad pa Monica

"**Is there something you want to tell me?**"litong tanong ko pa sa kanila

"**Yeah?I guess, but we want you to take a deep breath.**"saad pa ni Kuya Handrico

"**Tell me...kinakabahan na ako.**"tugon ko pa at lumapit naman si Demon sa gawi ko tsaka niya hinawakan ang kamay ko. "**D-Demon?**" it's different he's holding my hand gently

"**Just followed them.**"

"**O-Okay?**"

"**W-Without further ado. Let me tell you what happened.**"saad pa ni Kuya Handrico

They told me everything. Including the deads.

"**Ha?No way?!No! T-That's fucking absurb?!**"di makapaniwalang sabi ko pa. "**Stephanny....she's still alive. Ain't to fucking way?!Tell me that you're all lying?!**"sigaw ko pa at pinigilan naman nila ako ni Demon at Monica nang magwala ako at pinipilit kong tanggalin yung mga aparatos na nakalagay sa kamay at katawan ko

"We lost too, Helliah. We lost Amber and Uno during that night. And Demon lost his two friends too."saad pa ni Kuya Harry

"I wanna die."walang ganang sambit ko pa sa sarili ko

"Stop saying bullshit, Hell?!'sigaw pa ni Demon sakin "This is the path we choose to walk in. We are born for this. And including with that is losing our love ones."dagdag pa nito

"Can we just have a button to press on? in order to rewind time?"Wala sa sariling saad ko pa

"Even time machine didn't exist in our generation, Hell."Demon

"Kuya Harry? Kuya Handrico? Demon? Monica? Are you guys gonna leave me someday?"tanong ko pa sa apat tsaka ko sila tinignan isa isa

"No! We're not gonna leave you."sabay pa nilang sabi ni Kuya Harry at Kuya Handrico

"I'm in the same boat with them, Hell. I won't leave you."saad pa ni Monica tsaka ko tinignan si Demon

"How about you?"

"Why would I leave you? I don't have any reasons to leave a person like you."nakangiting sagot pa niya then he suddenly hug me out of the blue

"Thank you."

Controlling yourself is the worst

-Two Months Later-

Nandito kami ngayun nilang Demon, Hannah at Monica kung saan binibisita namin ang libingan ng mga kaibigan namin.

"Jell, Stephanny. How's the heaven?"tanong ko pa sa lapida nilang dalawa, magkatabi yung libingan nila "I'm sorry if I didn't save you back then. I regret everything. I'm treasuring our memories altogether. The times we made, our laughs, the time we sneak together just for some stupid fights."ngiting saad ko pa

"If there's another life. I want to spend my days with you all."saad pa ni Hannah

"We always love you girls."saad pa ni Monica

Habang kinakausap ko yung lapida nilang dalawa ay may naramdaman akong may malamig na hangin ang dumampo sa balat ko.

"Do you guys feel that?"tanong ko pa

"Yeah."sabay pa nilang sabi

"Kayo ba yun?Thank you."

"Don't worry,Girls. Our memories altogether?I'll keep it till I die."dagdag ko pa

"When the moment becomes memories and memories will lead us to another life."saad pa ni Hannah

"I'll do you treasure more that any expensive things in the earth."Monica said as she wipe off her tears

At nagtungo naman kami sa libingan nina Kirby at Xenos.

"Dude. Guide us from above. You're our heroes right now."panimula pa ni Demon. "Thank you for being a good buddies best friends with me,Kirby and Xenos. thank you for always with me when things got mixed-up."

"Xenus,Thank you for being a boy best friend to me."saad pa ni Hannah

"Man, Kirby. Kahit di maganda ang una nating Pag uusap. I'm still greatful to you. For always saving me whenever I'm in trouble."saad ko pa

I completely forgot about him. Me and Kirby is childhood best friends. But we got separated when his parents started living in America. We're only ten years old during that time.

Kaya ganun nalang ang pagtataka nilang Kuya Harry kung bakit diko raw masyadong pinapansin si Kirby.

"Be our own angels bro."saad pa ni Demon "let's go?"

"Let's meet again together everyone, in another life. Where we can only talk things we didn't done in this earth."saad ko pa tsaka na kami bumalik sa sasakyan ni Demon

About the Author

Ixcyreign

The author quietly embraces her life, finding solace in her passions. Manga engrosses her, as does immersing herself in anime worlds. Among her favorites are "One Piece" and "Attack on Titan." Crafting stories has become her outlet for self-expression, a pursuit she's nurtured since high school.

Her lifestyle isn't extravagant; she prefers the company of her phone, endlessly browsing online shops. Music is another love, with SB19, a Filipino boy band, holding a special place in her heart. Their music resonates deeply with her.

She indulges in collecting anime merchandise, despite the toll it takes on her finances. But each item brings her joy, reminding her of the stories and characters she adores.